ருத்ர கணிகை

DJ டேனியல்

டிஸ்கவரி பப்ளிகேஷன்ஸ்

எண்: 9, பிளாட் எண்: 1080A, ரோஹிணி பிளாட்ஸ்
முனுசாமி சாலை, கே.கே.நகர் மேற்கு,
சென்னை - 600 078. பேச: 99404 46650

வெளியீட்டு எண்: 0452

ருத்ர கணிகை (நாவல்)
ஆசிரியர்: DJ டேனியல்©
Ruthra Kanigai **(Novel)**
Author: DJ Daniyal©
Print in India

1st Edition : April - 2025
ISBN: 978-93-49113-51-0
Pages - 118
Rs.150

Publisher • *Sales Rights*

Discovery Publications
No. 9, Plot,1080A, Rohini Flats,
Munusamy Salai,
K.K.Nagar West, Chennai - 78.
Tamilnadu, India.
Mobile: +91 99404 46650

Discovery Book Palace (P) Ltd
No. 1055-B, Munusamy Salai,
K.K.Nagar West,
Chennai-600 078.
Mobile: +91 87545 07070

discoverybookpalace@gmail.com / www.discoverybookpalace.com

இந்த நூலில் பிரசுரமாகியுள்ள எந்த ஒரு பகுதியையும் எழுத்துபூர்வமான முன்அனுமதி பெறாமல் எடுத்தாள்வதோ, மறுபிரசுரம் செய்வதோ, மொழியாக்கம் செய்வதோ, ஊடகங்களில் மறுபதிப்புச் செய்வதோ, காப்புரிமைச் சட்டப்படி தடை செய்யப்பட்டுள்ளது. இந்த நூலிலிருந்து சில பகுதிகளை மேற்கோள்காட்டி நூல்அறிமுகம் செய்யலாம்.

உங்கள் மொபைல் போனிலிருந்து ஸ்கேன் செய்து 'டிஸ்கவரி புக் பேலஸ்' மொபைல் ஆப்பை டவுன்லோடு செய்து, புத்தகங்களை வாங்குங்கள்.

நன்றி

திரு. தினேஷ் ராம்
திருமதி கிருஷ்ணமணி முருகன் மந்திரம்
திருமதி P. சித்ரா பழனி

1

இரவு பதினொரு மணிக்குப் பெருங்களத்தூரில் பேருந்தை விட்டு இறங்கிய சுமதி, எங்கே நிற்கிறோம் எனத் தெரிந்துகொள்ள கண்களைச் சுழலவிட்டாள். அப்போது கணக்கில் அடங்காத வண்டிகளையும், திருவிழா போல் மக்கள் போவதையும் வருவதையும் பார்த்தாள். கடைகள் திறந்திருப்பதையும், பகல் போல் மிளிரும் மின் விளக்குகளையும் பார்த்து அவள் கண்கள் விரிந்தன. அவளுக்கு இது புதிதாய் இருக்கவே, ஆச்சரியமாக அவளையும் மறந்து பார்த்துக் கொண்டிருந்தாள். அப்போது அவள் பின்புறத்தில் வந்து நின்ற பேருந்து ஒன்று பலமான ஒலி எழுப்பியதால், கையில் இருந்த பையைக் கீழே போட்டுவிட்டு இரு காதுகளையும் பொத்திக் கொண்டு அப்படியே உட்கார்ந்துவிட்டாள். அங்கிருந்தவர்கள் அவளை ஓரமாக அழைத்துக் கொண்டு வந்துவிட்டார்கள். இனியும் இங்கே நிற்கக்கூடாது என முடிவெடுத்து பைகளை எடுத்துக் கொண்டு நடந்தவளின் கண்ணில் பெருங்களத்தூர் பெயர்ப் பலகை பட்டது. கூடவே அவள் கிராமத்தில் இருக்கும் ஒருவரும் கண்ணில் பட்டதால், அவர் கண்ணில் தான் பட்டுவிடக்கூடாது என நினைத்தவள், இருளில் முழுகி இருக்கும் ஏரிக்கரையை ஒட்டியுள்ள தெருவில் நுழைந்தாள் சுமதி.

மதுப் பிரியர்களுக்கும், சமூக விரோதிகளுக்கும் சில்மிஷ வாதிகளுக்கும், விலை மாதர்களுக்கும் அந்தச் சாலை தான் தாய் வீடு. அந்தச் சாலையில் தான் ஏதுமறியா அந்தக் கிராமத்துப் பெண் நடந்தாள். அவ்வழியாக நடந்து சென்ற இரண்டு ஆண்கள் அவளைப் பார்த்தவாறு அவளருகில் சென்றனர். யாருமில்லாத தைரியத்தில் சுமதியின் கையைப் பிடித்து இழுத்து சில்மிஷம் செய்தார்கள்.

அச்சாலையில், ஆட்டோவில் செல்வியும் சாந்தியும் வந்து கொண்டிருந்தனர். ஆட்டோ வருவதையும் பொருட்படுத்தாமல், சுமதியை ஒருவன் தூக்கினான்.

"காப்பாத்துங்க.. காப்பாத்துங்க.." எனக் கதறினாள் சுமதி.

அதைப் பார்த்ததும், "சங்கர் அண்ணா, ஆட்டோவை நிறுத்துங்கண்ணா" எனச் சொன்னாள் சாந்தி.

ஆட்டோவில் இருந்து சாந்தி இறங்கினாள். இறங்கியவள், "ஓய்ய்ய்..." எனக் குரல் கொடுத்தாள். தூக்கிய பெண்ணை இறக்கி விட்டுவிட்டுத் திரும்பிப் பார்த்தார்கள். இறக்கி விட்டதும் சுமதி ஓடிவந்து, சாந்தியின் பின்னாடி பயத்துடன் அழுது கொண்டே மறைந்து நின்றாள்.

"என்ன? என்னமா? யாரு அவங்க?" என சுமதியிடம் கேட்டாள் சாந்தி.

"தெரில அக்கா. துப்பட்டாவைப் பிடிச்சி இழுத்துத் தூக்கிட்டுப் போறானுங்க" என அழுதாள் சுமதி.

"உன் கூட யாரும் வரலையா?"

பதில் ஏதும் சொல்லாமல் அழுதாள் சுமதி. சாந்தியும் சுமதியும் பேசிக் கொண்டிருக்கும்போதே, சுமதியின் மார்பு மீது கை வைத்தான் ஒருவன்.

கையைத் தட்டி விட்டுவிட்டு, சுமதியை ஆட்டோவில் தள்ளி விட்டாள் சாந்தி.

"அண்ணா, இந்தப் பொண்ணை நம்ம இடத்தில் இறக்கி விடுங்க. சீக்கிரம் எடுங்க. போ, போ. நாங்க வர வரைக்கும் அங்கேயே இருங்க அண்ணா, அந்தப் பொண்ணுக்கு துணையாக" எனக் கத்தினாள் சாந்தி.

ஆட்டோ புயல் வேகத்தில் பறந்தது.

"ஏய் அவளைக் காப்பாத்திட்டு நீங்க மாட்டிக்கிட்டீங்க. ஹாஹா."

"சிரிக்காத அசிங்கமா இருக்கு. உங்களுக்கு அரிக்குதுன்னா அதுக்குன்னு இருக்காங்க இல்ல, அங்க போகணும். போற வரப் பொண்ணுங்கள எல்லாம் கையப் பிடிச்சு இழுக்குறீங்க? அசிங்கமா இல்ல உங்களுக்கு?" என சாந்தி பேசிக் கொண்டிருக்கும் போதே, ஒருவன் கத்தியை எடுத்து, சாந்தி கழுத்தில் வைத்து மறைவான இடத்துக்கு இழுத்துக் கொண்டு போனான்.

அவளைத் தொடர்ந்து செல்வியையும் இழுத்துக் கொண்டு போனான் இன்னொருவன். அந்த இருட்டில் செல்வியின் அலறும் சத்தம் கொஞ்சம் அதிகமாவே கேட்டது.

"அவளை ஆட்டோல ஏத்தி அனுப்பி வெச்சதுக்கு உங்க ரெண்டு பேரு கழுத்தையும் அறுத்து இருக்கணும். எங்க காமத்தீயை அணைச்சதால உங்கள இதோட விடுறேன்" என சொல்லிவிட்டு இருவரும் சிரித்துக் கொண்டே போனார்கள்.

"அக்கா! அடி வயிறு ரொம்ப வலிக்குதுக்கா" என்றாள் செல்வி.

"கொஞ்சம் பொறுத்துக்கோ. வீட்டுக்குப் போய்டலாம்."

"இன்னிக்கு நீயும் ஒரு பொண்ணோட மானத்தையும் உயிரையும் காப்பாத்தி இருக்க" என்றாள் சாந்தி. ஒரு வழியாக செல்வி சமாதானமானாலும், அவளது முகத்தில் வலியின் வாட்டம் தெரிந்தது.

"இங்க நடந்தது எதையும் சொல்லாத அந்தப் பொண்ணுகிட்ட" எனச் செல்வியைக் கேட்டுக் கொண்டாள் சாந்தி.

செல்வியின் முகத்தைத் தன் புடவையால் துடைத்து விட்டாள் சாந்தி. ஆட்டோ ஒன்றைப் பிடித்து வீட்டுக்குப் போனார்கள் சாந்தியும் செல்வியும்.

ஆட்டோவில் பெண்ணை உட்கார வைத்துவிட்டு சங்கர் கொஞ்சம் தொலைவில் பீடி பிடித்துக் கொண்டிருந்தான். சாந்தியும் செல்வியும் ஆட்டோவில் வருவதைப் பார்த்து பீடியைக் கீழே போட்டு காலால் மிதித்து நெருப்பை அணைத்தான் சங்கர்.

"சங்கரண்ணா, அந்தப் பொண்ணு எங்கண்ணா?"

"ஆட்டோல இருக்குமா."

"அண்ணா சாப்பிட்டீங்களா?"

"இல்ல... நீங்க சாப்பிட்டீங்களா?" எனக் கேட்டான் சங்கர்.

"இல்லண்ணா. பசிக்கல. அந்த வெறி நாய்ங்க கிட்ட இருந்து இந்தப் பொண்ணக் காப்பாத்தின சந்தோஷத்தில் பசி தெரியல."

"அண்ணா எங்களப் பத்தி எதாவது சொன்னீங்களா அந்தப் பொண்ணுகிட்ட?" எனக் கேட்டாள் சாந்தி.

"இல்ல. அந்தப் பொண்ணு ஆட்டோல ஏறினதிலிருந்து அழுதுக்கிட்டுத்தான் இருக்கு. நீ எந்த ஊருமான்னு கேட்டுப் பார்த்தேன். பதில் ஏதும் சொல்லல" என்று சொல்லிவிட்டு, "சரிமா. நான் கிளம்புறேன்" என்றான் சங்கர்.

சுமதியை அழைத்துக் கொண்டு அறைக்குப் போனார்கள் சாந்தியும் செல்வியும்.

வலியுடன் பல்லைக் கடித்துக் கொண்டு, “எந்த ஊர்?” எனக் கேட்டாள் செல்வி.

“விடு. எதுவும் கேக்கவேண்டாம். காலையில் பேசிக்கலாம். நீ போய்க் குளிச்சிட்டு வா” எனச் சொன்னாள் சாந்தி.

சுடு தண்ணீர் போட்டு குளித்து விட்டுத் தூங்கினாள் செல்வி.

காலை எழுந்ததும், “உனக்கு எந்த ஊர்? என்ன பேர்?” எனக் கேட்டாள் செல்வி.

“ஏய் லூசு! நைட்டு நீ தூங்குனியா இல்லையா? எப்போ விடியும்ன்னு பார்த்தியா, எந்த ஊர் என்ன பேருன்னு கேள்வி கேக்க!” எனக் கிண்டலடித்துவிட்டு, “உனக்கு இப்போ எப்படி இருக்கு உடம்பு?” எனக் கேட்டாள் சாந்தி.

“பரவாலக்கா. இந்தப் பொண்ணோட மானத்தக் காப்பாத்தியத நெனச்சா வலி ஒன்னும் பெருசா தெரியலக்கா” எனச் சொன்னதும், செல்வியின் உச்சியில் முத்தம் கொடுத்தாள் சாந்தி.

“நைட்டு யாரும் சாப்பிடலையே! காபி போடுவோம்ன்னு தோணல உனக்கு?” என செல்வியைக் கேட்டாள் சாந்தி.

சாந்தியைப் பார்த்து உதட்டை அப்படியும் இப்படியும் அசைத்து ஒழுங்கு காட்டிவிட்டுப் பால் வாங்கி வரப் போனாள் செல்வி.

“செல்வி, ரெண்டு பிஸ்கட் பாக்கெட் வாங்கிட்டு வா” எனச் சத்தமாகச் சொன்னாள் சாந்தி.

சுமதி முகத்தை கழுவிவிட்டு வந்து உட்கார்ந்தாள். செல்வி தேநீர், பிஸ்கெட்டுடன் வந்தாள். மூவரும் இருப்பதைப் பங்கிட்டு சாப்பிட்டார்கள்.

“ஏய் லூசு இப்போ கேளேன்டி! எந்த ஊரு என்ன பேருன்னு?”

“பேர் என்ன?”

“சுமதி, அக்கா.”

“எந்த ஊரு? “

“செஞ்சி.”

“சிங்கம் படத்துல விவேக் கேக்குற மாதிரி ஒன்னு ஒன்னா கேக்குற” எனச் சிரித்தாள் சாந்தி. செல்வியும் சுமதியும் கூடச் சிரித்தார்கள்.

“சாந்திக்கா நீங்களே கேளுங்க” எனச் சொன்னாள் செல்வி.

2

“செஞ்சி பக்கத்துல மாத்தூர்ன்னு சின்ன கிராமம் தான் நான் பிறந்த ஊரு அக்கா. அங்க சுமார் ஐநூறு வீடுகள் இருக்கும். அதுல எங்க வீடும் ஒன்னு. எனக்கு அஞ்சு வயசு இருக்கும் போது என்னோட அம்மா பாம்பு கடிச்சு இறந்துட்டாங்க.

ஊரில் இருந்து அஞ்சு கிலோமீட்டர் தூரம் இருக்கும் நான் படிச்ச ஸ்கூல். என்னை ஸ்கூல்ல விட்டுட்டு அப்பா வேலைக்குப் போவாரு. வீட்லயும் அப்பா தான் சமைப்பார், வீட்டு வேலையெல்லாம் செய்வார். அப்பா படுற கஷ்டத்தப் பார்த்து ஊர்ல இருக்கும் சிலபேர் அப்பாவைக் கல்யாணம் பண்ணிக்கோன்னு சொன்னாங்க. ‘உனக்காக இல்லன்னாலும் உன் பொண்ணுக்காகப் பண்ணிக்கோ’ன்னு சொன்னாங்க.

‘நான் கல்யாணம் பண்ணாம இருக்கக் காரணமே என் பொண்ணுதான். நான் கல்யாணம் பண்ணிக் கூட்டிக்கிட்டு வாரவ, என் பொண்ண கொடுமை பண்ணினா வீணா தேவையில்லாத பிரச்சனைகள்தான் வரும். என் பொண்ணை நானே நல்லா பாத்துப்பேன்’னு சொல்லிட்டாரு.

அப்பாவும் என்னை நல்லாத்தான் பாத்துக்கிட்டாரு, நான் கேக்குறதல்லாம் வாங்கித் தந்தார். நான் வயசுக்கு வரும்போது பதினாறு வயசு.

எங்க ஊரில் ஒரு மலை இருக்கு. அந்த மாதிரி செஞ்சியில் சில மலைகள் இருக்கு. அந்த மலைகள் மலை மாதிரியே தெரியாது. ஆனா அது மலை தான். பெரிய பெரிய பாறைகளை ஒரே இடத்தில் கொட்டி வெச்ச மாதிரி இருக்கும். அந்த மலையில் இருக்கும் பாறைகள் ஒவ்வொன்னும் பல ஆயிரம் கிலோ இருக்கும்!

அந்த மலையை ஆராய்ச்சி பண்ண வெளிநாட்டில் இருந்து நாற்பது வயசு இருக்கும் ஒருத்தர் வந்தார். அவர் பெயர் டேவிட். அவர்கிட்ட என்னோட அப்பா வேலைக்குச் சேர்ந்தார். அவருக்கு வேண்டிய உதவிகள் என்னோட அப்பா தான் பண்ணாரு. டேவிட்டும் எங்கள் கிராமத்துக்கு நிறைய உதவிகள் பண்ணாரு. ஊர்ல இருக்கும் பெரியவங்க, சின்னவங்க எல்லோரும் அவருக்கு மரியாதை தருவோம். அவரும் எங்களுக்கு மரியாதை தருவார். என்னோட அப்பா அவர்கிட்ட வேலை பார்ப்பதால் அவர் எங்களிடம் ரொம்ப நெருங்கிப் பழகினார். இப்படியே நாலு வருஷம் போச்சி.

என்னோட ஃப்ரெண்ட்க்குக் கல்யாணம் ஏற்பாடு ஆச்சு. அதுக்கு அவரும் பணம் தந்து உதவினார். அந்தப் பொண்ணுக்கு மட்டும் இல்ல ஊர்ல நல்லது கெட்டதுன்னு எது நடந்தாலும் அவர் உதவி பண்ணுவார்."

"அவர் புராணத்தை விடு; உன் கதையைச் சொல்லு" எனச் சொல்லிக் கொண்டே தலையணையை இழுத்து தன் கால் மீது வைத்து, இரண்டு கை முட்டிகளையும் தலையணை மீது வைத்துக் கையை தன் தாடைக்கு முட்டுக் கொடுத்துக் கொண்டு, சுமதி கதையைக் கேட்க ஆர்வமானாள் செல்வி. அப்போது வலியின் சுவடுகள் செல்வியின் முகத்தில் வந்து போயின.

"என்னோட ஃப்ரெண்ட் கல்யாணத்துக்கு மாப்பிள்ளையோட ஃப்ரெண்ட்ஸ் நிறைய பேர் வந்தாங்க. அதுல பாண்டின்னு ஒருத்தர் வந்தார். கண்டதும் காதல்ன்னு சொல்லுவாங்க இல்ல சினிமாவுல, அப்படித்தான் எனக்கும் ஆயிடுச்சி. அவரும் என்னைப் பாக்கற பார்வையில் என்னை விரும்புறார்ன்னு தெரிஞ்சிகிட்டேன்" என்றாள் சுமதி.

"ரெண்டு நாள்லயேவா?" என ஆச்சரியமாகக் கேட்டாள் செல்வி.

"அத விடு. பாண்டிகிட்ட உன் காதல சொன்னியா?" என சாந்தி கேட்டாள்.

"அந்த ரெண்டு நாளுல பேசல. ஆனா அடிக்கடி பார்த்துக்கிட்டோம். கல்யாணம் முடிஞ்சு எல்லாரும் வேன்ல கிளம்பினாங்க. எனக்கு என்ன செய்றதுன்னு ஒன்னும் புரியல. வேன் பக்கத்தில் போனேன் பேசலாம்னு. அதுக்கான வாய்ப்புக் கிடைக்கல.

'எல்லாரும் ஏறியாச்சா?'ன்னு ட்ரைவர் குரல் கொடுத்ததும், 'ஹ்ம், போலாம்' என வேன் உள்ளே இருந்து பதில் வந்ததும் வேன்

மெதுவா கிளம்பிச்சி. ஐம்பது அடி தூரம் வேன் போயிருச்சு. கலங்கிய கண்ணோடு வேன் போவதைப் பார்த்துக்கிட்டு நின்னேன்."

"இதுக்கு அப்பறம் நான் சொல்றேன். பாண்டிய மன்னரைத் தேடி சுமதி ராணி ராத்திரியோட ராத்திரியா சென்னைக்கு வந்துட்ட. இதான?" எனக் குறுக்கிட்டுச் சொன்னாள் செல்வி.

"ஏய், முந்திரிக் கொட்ட! அவள சொல்ல விடு" எனச் செல்வியின் தலையில் செல்லமாய்த் தட்டிவிட்டு, "நீ சொல்லு சுமதி" என்றாள் சாந்தி.

"வேன் ஜன்னலில் இருந்து பேப்பர் ஒன்னு வெளியில் வந்து விழுந்தது. ஓடிப்போய் எடுத்துப் பார்த்தேன். அதில், 'நான் மீண்டும் வருவேன் உனக்காக' என எழுதி இருந்துச்சு. ஃபோன் நம்பரும் இருந்துச்சு."

"ஃபோன் பண்ணியா?" எனக் கேட்டாள் சாந்தி.

"இல்லக்கா. வீட்டுக்கு வந்து பண்ணலாம்ன்னு வீட்டுக்கு வந்தேன். வீட்டுல அப்பாவும் மலை ஆராய்ச்சி பண்ண வந்த டேவிட் சாரும் பேசிக்கிட்டு இருந்தாங்க. நான் போறதைப் பார்த்து என்னைக் கூப்பிட்டார் டேவிட். நான் போனேன்.

'என்னை உனக்குப் பிடிக்குமா?'ன்னு என்னிடம் டேவிட் கேட்டாரு. 'எனக்கு மட்டுமில்ல! இந்த ஊருக்கே உங்களைப் புடிச்சு இருக்கு' என்றேன். 'அப்போ என்னைக் கல்யாணம் பண்ணிக்கிறியா?' எனக் கேட்டார் டேவிட்.

அவர் கேட்ட கேள்வில நான் மயக்கம் வந்து விழுந்து இருப்பேன். பக்கத்தில் இருந்த தூணப் பிடிச்சிகிட்டு கையைப் பாத்தேன். கையில இருந்த பேப்பர் தூண் கீழ இருந்த தண்ணிக் குடத்துல விழுந்துடுச்சி. எடுத்துப் பாத்தேன். அதுல இருந்த ஃபோன் நம்பர்லாம் அழிஞ்சி இருந்துச்சு. பேப்பர் முழுசா நீல கலராயிடுச்சு. அப்பாகிட்ட, 'இனி அவரை வீட்டுக்குக் கூட்டிட்டு வராதீங்க'ன்னு சொன்னேன்.

'அவர் உன்கிட்ட கேக்றதுக்கு முன்னாடி என்கிட்ட கேட்டுட்டார். நான் சரின்னு சொல்லிட்டேன். அவருக்கு என்ன குறை? ஊரில் யாரு எது கேட்டாலும் உதவி பண்றார். எந்தக் கெட்ட பழக்கமும் இல்ல. நல்ல மனுஷன். உன்னை ராணி மாதிரி பாத்துப்பார். இதுக்கு மேல என்ன?' என அப்பா கேட்டார்.

'அவர் வயசு என்ன? என் வயசு என்னப்பா? எனக்கும் அவருக்கும் 25 வயசு வித்தியாசம். காசு பணம் இருக்கு. நல்லவர். அதுக்காகலாம்

என்னால கல்யாணம் பண்ணிக்க முடியாது' எனக் கோவத்தில் கத்தினேன்.

என்னால் முடிஞ்ச வரைக்கும் சண்டை போட்டேன். அவரை நான் கல்யாணம் பண்ணிக்கிட்டா சந்தோசமா இருப்பேன், கொஞ்ச நாளில் எல்லாம் செரியா போயிரும்ன்னு நெனைச்சி, டேவிட்டுக்கும் தெரியாம அப்பா கல்யாண ஏற்பாடு பண்ணாரு. நான் வீட்ட விட்டு வந்துட்டேன். அப்போ தான் பஸ் ஸ்டாப்ல இருந்து அவங்க என் பின்னாடியே வந்தாங்க. நீங்க மட்டும் வரலைன்னா..." எனச் சொல்லிவிட்டு கண்களைக் கசக்கினாள் சுமதி.

"பாண்டிக்கு ஃபோன் பண்ணலாம்ல" எனக் கேட்டாள் செல்வி.

"லூசு! ஃபோன் நம்பர்தான் தண்ணி பட்டு அழிஞ்சு போச்சின்னு சொன்னாளே" என்றாள் சாந்தி.

தன் அறியாமையை நினைத்துத் தலையை சொறிந்து கொண்டு சிரித்தாள் செல்வி .

"அக்கா பசிக்குதுக்கா" என சாந்தியிடம் சொன்னாள் சுமதி. சாந்தி செல்வியைப் பார்த்தாள்.

"டீ பிஸ்கட் வாங்கி வரவாக்கா?" என சாந்தியிடம் கேட்டாள் செல்வி.

நிலைமையைப் புரிந்து கொண்ட சுமதி, தன் பையில் இருந்து ஐநூறு ரூபாயை எடுத்துக் கொடுத்தாள்.

"சாந்திக்கா, நூடுல்ஸ் செய்யலாமா?" என செல்வி சிரிப்புடன் கேட்டாள்.

"எப்ப பாரு நூடுல்ஸ் நூடுல்ஸ்ன்னு! உடம்புக்குக் கெடுதல்ன்னு எத்தனை தடவை சொன்னாலும் கேக்கமாட்டேங்கிற!" என்றாள் சாந்தி.

"நூடுல்ஸ் பண்ணட்டும்க்கா. நான் இதுவரை சாப்பிட்டதே இல்லை" என்று சொன்னாள் சுமதி.

சுமதியும் கேட்கவே செல்வியின் பிடித்த உணவான நூடுல்ஸ் ஐந்து நிமிடத்தில் தயாரானது. மூவரும் சாப்பிட்டார்கள்.

"என்ன பண்ணப் போற சுமதி?" என்று கேட்டாள் சாந்தி.

"தெரிலக்கா. சென்னையில் எனக்கு யாரையும் தெரியாது. ஏதோ ஒரு வேகத்தில் வந்துட்டேன். பாண்டி நம்பரும் இல்லை. பேரு மட்டும்தான் தெரியும். அவரைப் பத்தி வேற எதுவும் எனக்குத் தெரியாது. என் நம்பரும் அவருக்குத் தெரியாது" என்றாள் சுமதி.

"உங்க ஊர் பொண்ணைத்தானே பாண்டி நண்பர் கல்யாணம் பண்ணியிருக்கார்? அந்தப் பொண்ணுக்கு கால் பண்ணி, அவங்க வீட்டுக்காரர் கிட்ட பாண்டி ஃபோன் நம்பர் வாங்கு" என செல்வி யோசனை சொன்னாள்.

புருவத்தை உயர்த்தி, 'சூப்பர்' என்பது போல் செல்வியைப் பார்த்துத் தலையை அசைத்தாள் சாந்தி.

"எனக்கு யார் நம்பரும் ஞாபகம் இல்லக்கா. ஃபோன்லதான் இருக்கு. எனக்கு எங்கயாவது வேலை வாங்கித் தாங்க. உங்க கூடவே இருக்கேன். எனக்கு சென்னையில் யாரையும் தெரியாதுக்கா" என்றாள் சுமதி.

சாந்தியும் செல்வியும் ஒருவரை ஒருவர் பார்த்தார்கள்.

"உனக்கு வேலை வாங்கித் தரேன். வீடு பார்த்தும் தரேன். நீ தனியா இருந்துக்கோ. எங்க கூட வேண்டாம்" என சாந்தி சொன்னதும், சுமதியின் முகம் சோகமாக மாறியது.

"உனக்கு நாங்க இருக்கோம். நீ கவலைப்படாத. வீடு மட்டும் தான் தனியா. நீ இங்க எப்பவேணாலும் வரலாம். போகலாம். உனக்கு யாரும் இல்லன்னு இனிமே சொல்லாத. உனக்கு ரெண்டு அக்கா நாங்க இருக்கோம்" என செல்வி சொன்னதும், சுமதி முகத்தில் சந்தோஷம் தெரிந்தது. செல்வியைச் சாந்தி கண் சிமிட்டாமல் பார்த்தாள்.

"அக்கா, மண்டை ஓடு மகாலிங்கத்திற்கு ஃபோன் போட்டு எதாவது வேலை இருந்தா கேளுங்கக்கா."

"லூசு உனக்கு அவனைப் பத்தி நல்லா தெரியும். தெரிஞ்சும் அவன்கிட்ட வேலை கேட்கச் சொல்ற?" எனக் கேட்டாள் சாந்தி.

"தெரியும்க்கா. ஆனா வேற வழி இல்ல."

"சங்கர் அண்ணன்கிட்ட கேக்கலாம்டி"

"சங்கர் அண்ணன் வீட்டு வேலை தான் சொல்லுவாரு" என்றாள் செல்வி.

"கேட்டுப் பார்ப்போம்"

"ரெண்டு நாளில் வேலை வாங்கித் தரேன்" என சுமதியிடம் சொன்னாள் சாந்தி.

"சரி" என தலையசைத்துவிட்டு, "நீங்க என்ன வேலை பாக்குறீங்கக்கா?" எனக் கேட்டாள் சுமதி.

DJ டேனியல் / 13

செல்வி, சாந்தியைப் பார்த்தாள். சாந்தி, செல்வியைப் பார்த்தாள்.

"சரவணா ஸ்டோர், ஜெயசந்திரன் ஸ்டோர்ன்னு பெரிய பெரிய கடைகள் இங்க இருக்கு. அந்தக் கடைகள் எல்லாம் நைட்டு பதினோரு மணிக்கு தான் மூடுவாங்க. பகலில் கடைக்கு வரும் ஆளுங்க எல்லாம் களைச்சி வெச்சிட்டுப் போகும் துணிகளை நாங்கள் மடிச்சு அடுக்கணும். நைட்டு பதினோரு மணிக்குப் போய் காலைல அஞ்சு மணிக்குத்தான் வெளிய வருவோம்" எனச் சொன்னாள் சாந்தி.

செல்வி பெருமூச்சு இழுத்து விட்டு, 'அப்பாடா!' என்பதைப்போல் தன் நெஞ்சில் கை வைத்தவாறு சாந்தியைப் பார்த்தாள்.

"எனக்கும் அங்கேயே வேலை வாங்கித் தாங்கக்கா. நானும் உங்க கூடவே வேலைக்கு வரேன்."

தலையைச் சொறிந்து கொண்டு, "அக்கா நான் தண்ணி குடிச்சிட்டு வரேன்க்கா" எனச் சொல்லிவிட்டு சமையல் அறைக்கு ஓடிவிட்டாள் செல்வி.

"அந்த வேலை ரொம்பக் கஷ்டம். ஏற்கனவே நெறய பேர் வேலை செய்றாங்க. ஆள் குறைக்கப் போறாங்கன்னு சூப்பர்வைசர் சொல்லிக்கிட்டு இருந்தார். உனக்கு நல்ல வேலை வாங்கித் தரேன்."

சாந்தி சொல்வதைக் கேட்டு தலை அசைத்தாள் சுமதி.

3

“சுமதியைப் பாத்தீங்களா சார்?” என டேவிட்டைக் கேட்டார் அமாவாசை.

“பாக்கலயே!”

“நேத்துல இருந்து காணம்.”

“என்ன எதாவது சண்டையா?”

“இல்ல சார் உங்களுக்கும் சுமதிக்கும் கல்யாணம் பண்ண ஏற்பாடு செய்தேன்” என்றார் அமாவாசை.

“நான் தான் அவசரப்பட்டு யோசிக்காம கேட்டுட்டேன். நீங்க எதுக்குக் கல்யாண ஏற்பாடு பண்ணீங்க? இப்போ சொல்லாம கொள்ளாம போயிட்டா. அவளுக்கு ஏதாவது ஆச்சுன்னா அந்தப் பழி என் மேலதான் விழும். நேத்துப் போனான்னு இப்போ வந்து சொல்றீங்க?” எனக் கோபத்துடன் சாடினார் டேவிட்.

“நான் எப்போவாது திட்டினா பக்கத்துல இருக்கும் யாரு வீட்லயாவது போய்த் தூங்குவா. எங்க தூங்கினாலும் காலையில் அஞ்சு மணிக்கு வாசல் பெருக்கும் சத்தம் கேட்கும். அப்படிதான் யார் வீட்டிலாவது தூங்குவா, காலையில் வந்துருவான்னு இருந்தேன். நேரம் ஆக ஆக எனக்கு ஒன்னும் புரியல. ஊரில் இருக்கும் வீடுங்களலாம் தேடிப் பார்த்தேன். இல்லை. சுமதி கூடப் பழகும் பொண்ணுகளைக் கேட்டுப் பார்த்தேன். ஒரு தகவலும் இல்ல சார்” எனக் கலக்கத்துடன் சொன்னார் அமாவாசை.

“இங்க தான் இருப்பா. நல்லா தேடிப் பாருங்க” என்றார் டேவிட்.

இருவரும் ஆளுக்கு ஒரு திசையில் தேடினார்கள். ‘சுமதிக்கு ஏதாவது ஆச்சுன்னா, அதுக்குக் காரணம் நான் தான்’ என டேவிட் மனதில் ஓடிக் கொண்டிருந்தது.

எந்தத் தகவலும் கிடைக்காமல் இருவரும் வீட்டுக்கு வந்தார்கள்.

"செஞ்சி வரைக்கும் தேடிட்டேன். சுமதி இருக்கிற மாதிரி தெரில சார்."

"நானும் விழுப்புரம் திண்டிவனம் வரைக்கும் தேடிப் பார்த்தேன்."

இருவரும் களைத்துப் போயிருந்தார்கள். சுமதியின் நினைப்பு அமாவாசையின் கண்களில் கண்ணீரை வரவைத்தது. எப்போதும் கலையுடன் இருக்கும் டேவிட்டின் முகமும் சற்று வாடிப் போய் தான் இருந்தது.

"சுமதியின் ஃபோன் எங்க?" எனக் கேட்டார் டேவிட்.

"எங்கிட்ட தான் இருக்கு"

"அதுல இருக்கும் ஃபோன் நம்பருக்கு கால் பண்ணியா?"

"இல்ல சார்."

சுமதியின் கைபேசியில் பதிவு பண்ணியிருக்கும் ஃபோன் எண்களை ஆராய்ந்து பார்த்தார். அதிகம் எண்கள் இல்லை. மொத்தம் பத்து எண்கள் தான் பதிந்து வைத்திருந்தாள். அதுவும், அனைத்து எண்களும் ஊரில் உள்ளவர்களுடையதுதான். ஏதாவது வழி கிடைக்கும் என எதிர்பார்த்த டேவிட்டுக்கு ஏமாற்றம் தான் மிச்சம்.

கண்ணீருடன் அமாவாசை மௌனமாக உட்கார்ந்து இருப்பதைப் பார்த்த டேவிட், குற்றவுணர்வால் நெருப்பில் விழுந்த புழுவைப் போல் துடித்தார்.

"அமாவாசை வா. சென்னைக்குப் போவோம். சுமதியைக் கண்டுபிடிச்சி உன் கையில் ஒப்படைத்த பின் தான் எனக்கு நிம்மதி."

இருவரும் சென்னை பெருங்களத்தூர் வந்து சேர்ந்தார்கள். "நீ ஒரு பக்கம் போ. நான் ஒரு பக்கம் போய்த் தேடுறேன்" என டேவிட் சொன்னார். சுமதியைத் தேடி இருவரும் ஆளுக்கு ஒரு திசையில் பறந்தார்கள்.

"அமாவாசை, நீ எங்கிருந்தாலும் நைட் 10 மணிக்கு இங்க வந்துரு" என்றார் டேவிட்.

தலையை அசைத்துக் கொண்டு திரும்பிப் பார்க்காமல் நடந்தார் அமாவாசை. கண்ணில் படுபவர்களிடம், கடைகள், சாலையோரம் இருக்கும் கடைகளில் என எல்லோரிடமும் சுமதி ஃபோட்டோவைக் காண்பித்து, 'இந்தப் பொண்ணை எங்கியாவது பார்த்தீங்களா?' எனக் கேட்டுக் கொண்டே கால் போன போக்கில் போனார் அமாவாசை.

வாடகை ஆட்டோ பிடித்து, டேவிட் ஒருபுறம் தேடி அலைந்தார்.

பெருங்களத்தூரில் இருந்து சுமதியைத் தேடிக் கொண்டு, நடந்தே சென்ட்ரல் ரயில்வே ஸ்டேஷன் வந்தார் அமாவாசை. நடந்து நடந்து ரொம்பவே சோர்ந்து போனார். அவரது கால்கள் நடக்கும் சக்தியை இழந்து, நடக்க முற்படும்போது கால்கள் பின்னிக் கொண்டன. தட்டுத்தடுமாறி சென்ட்ரல் ரயில் நிலையம் எதிரில் இருக்கும் தானியங்கி படிக்கட்டு அருகில் வந்தார். படிக்கட்டு அருகில் நின்று சுமதி கண்ணில் தென்படமாட்டாளா என ஏக்கத்துடன் சோகமே உருவாய் நின்றிருந்தார் அமாவாசை.

ஆட்டோவில் தேடியதால் அதிகமான இடங்களில் தேடினார் டேவிட். தேடியும் எந்த பிரயோஜனமும் இல்லை. அமாவாசைக்கு ஃபோன் பண்ணினார்.

“ஹலோ எதாவது தகவல் தெரிஞ்சிதா?”

“இல்ல. நான் சென்ட்ரல்கிட்ட இருக்கேன். நீங்க எங்க இருக்கீங்க?”

“செங்கல்பட்டுல இருக்கேன். நீ கிளம்பி பெருங்களத்தூர் வா” எனச் சொல்லிவிட்டு இணைப்பைத் துண்டித்தார் டேவிட்.

சென்ட்ரலில் தாம்பரம் ரயில் வந்தது அதில் ஏறினார். ஏறிய ரயில் பெட்டியிலும் தேடினார். ஒவ்வொரு ரயில் நிலையத்திலும் ரயில் நின்றதும் இறங்கி அடுத்த பெட்டியிலும் ஏறித் தேடினார். ரயில் தாம்பரம் வந்தது. இறங்கி தாம்பரம் பேருந்து நிறுத்தத்தில் தேடிப் பார்த்தார். பெருங்களத்தூர் நோக்கி நடந்தார் அமாவாசை.

“செல்வி, சங்கர் அண்ணாவ வரச் சொல்லு, கால் பண்ணி” என்றாள் சாந்தி.

சங்கருக்கு ஃபோன் பண்ணினாள் செல்வி.

“ஹலோ சொல்லுமா.”

“அண்ணா ஆட்டோ கொண்டு வர்றீங்களா?”

“சவாரி போய்க்கிட்டு இருக்கேன். ஒரு மணிநேரம் ஆகும் நான் வர” என்றான் சங்கர்.

“ஒகேண்ணா வாங்க. நாங்க வெய்ட் பண்றோம்” எனச் சொல்லிவிட்டு இணைப்பைத் துண்டித்தாள் செல்வி.

“செல்வி, நீ சுமதிக்குத் துணையா வீட்ல இரு. நான் மட்டும் போய்ட்டு வர்றேன்” என்றாள் சாந்தி.

"நானும் வரேன்க்கா. சுமதி தனியா இருப்பா."

"வேணான்டி. சொன்னா கேளு. அவ கூட இரு. நான் மட்டும் இன்னிக்கு போய்ட்டு வர்றேன்."

வெளியில் ஆட்டோ சத்தம் கேட்டு சாந்தி வெளிய வந்தாள். வந்தவள் ஆட்டோவில் ஏறினாள்.

"எங்க போகணும்?"

"பெருங்களத்தூர். சாப்பிட்டீங்களாண்ணா ?"

"ம். நீங்க சாப்பிட்டீங்களா?"

"சாப்ட்டாச்சுண்ணா"

"அந்தப் பொண்ணு எப்படி இருக்கு? எதாவது சொல்லுச்சா?" எனக் கேட்டான் சங்கர்.

"ஊரு செஞ்சியாம். அப்பா மட்டும் தான் இருக்காராம். அப்பா ஏற்பாடு பண்ணக் கல்யாணம் பிடிக்கலன்னு வந்துட்டேன்னு சொல்றா."

"புத்திமதி சொல்லி அந்தப் பொண்ணை ஊருக்கு அனுப்பும்மா. செல்வி எங்க? வரலையா? "

"இல்லண்ணா. அந்தப் பொண்ணுக்குத் துணையா இருக்கச் சொல்லியிருக்கேன்."

தாம்பரத்தை அடுத்த சிக்னலைத் தாண்டி, சங்கரின் ஆட்டோ போகும்போது அமாவாசை ஆட்டோவை நிறுத்தச் சொல்லி கை ஜாடை காட்டினார்.

"சாந்தி நிறுத்தவா?"

"ஏத்திக்கண்ணா. பெட்ரோல் செலவுக்கு ஆவும்."

"பெருங்களத்தூர் போறதுக்கு ஒரு கிலோமீட்டர் தான் இருக்கு. பெட்ரோல் போடும் அளவுக்குக் காசு கேட்டா, அவரே பெட்ரோல் வாங்கி ஆட்டோ மேலயும் நம்ம மேலயும் ஊத்தக் கொளுத்திடுவாரு" எனச் சொல்லிச் சிரித்துவிட்டு, "இருவது ரூவா கொடுத்த போதும். ரெண்டு டீ குடிக்கலாம்" என்றார்.

"சார், ஆட்டோ பெருங்களத்தூர் வரைக்கும் தான் போகும்" என்றான் சங்கர்.

"அங்க விட்டா போதும். எவ்ளோ?"

"இருபது ரூவா தான்."

ஆட்டோவை ஓரமாக நிறுத்தவும் அமாவாசை ஆட்டோவில் ஏறிக் கொண்டார்.

சாந்தி பக்கத்தில் அமாவாசை உட்கார்ந்ததும், மொபைலை எடுத்து கேலரியில் இருந்து சுமதி போட்டோவை எடுத்து சாந்தியிடம் காட்டி, "இந்த போட்டோல இருக்கும் பொண்ணை எங்கியாவது பாத்தீங்களா?" எனக் கேட்டார்.

சாந்தி மொபைலை கையில் வாங்கிப் பார்த்த போது அது சார்ஜ் இல்லாமல் ஸ்விட்ச் ஆஃப் ஆகியிருந்தது. மொபைலை அமாவாசை வாங்கி உயிர்ப்பிக்கப் பார்த்தார். ஆனால் மொபைல் இயக்கம் பெறவில்லை.

'மூக்குத்திப் பூ மேலே, காத்து உக்காந்து பேசுதம்மா' பாடலில் வரும் நடிகை சரிதாவைப் போன்று தோற்றம் கொண்ட சாந்திக்கு, அளவான உடம்பும், உருவத்திற்கு ஏற்றாற் போல் சதைப்பிடிப்பும் இருக்கும். நாற்பது வயது சாந்தியைப் பார்க்கும் ஆடவர்கள் கண்களில் காம ரசம் சொட்டும். சாந்தியின் உடை அலங்காரமும், முக அலங்காரமும் மிளிரும். எப்போதும் அப்படித்தான் இருப்பாள் சாந்தி.

மொபைல் கேமராவைத் திறந்து, அதில் முகத்தைப் பார்த்துத் தன் அழகை கூட்டிக்கொண்டாள். சாந்தியும் செல்வியும் ஆட்டோவில் வரும் போது தங்களை அழகுப்படுத்திக்கொண்டு செல்ஃபியும் எடுத்துக் கொள்வார்கள். இன்று செல்வி இல்லை. எப்பவும் போல் சாந்தி செல்ஃபி எடுத்துக் கொண்டாள். அமாவாசையும் செல்ஃபி போட்டோவில் பதிவு ஆனார்.

அதே நேரத்தில் டேவிட் அமாவாசைக்கு ஃபோன் பண்ணினார். ஸ்விட்ச் ஆஃப்ன்னு வந்தது. செங்கல்பட்டில் இருந்து பெருங்களத்தூர் வந்த டேவிட் அமாவாசையைத் தேடிக் கொண்டிருந்தார். பெருங்களத்தூர் பேருந்து நிறுத்தத்தைக் கடந்து ஓரமாக ஆட்டோவை நிறுத்தினான் சங்கர். அமாவாசை ஆட்டோவில் இருந்து இறங்கி டேவிட்டைத் தேடினார். மீண்டும் மொபைலை உயிர்ப்பிக்கப் பார்த்தார். மொபைல் சலனமில்லாமல் இருந்தது. ஃபோனைப் பார்த்து, 'இதுவேற நேரம் காலம் பார்த்துக் கழுத்தை அறுக்குது' எனச் சத்தமாகப் புலம்பினார் அமாவாசை. அமாவாசை புலம்பியது காதில் விழவே அருகில் சென்றாள் சாந்தி.

"என்ன அண்ணா யாருக்காவது ஃபோன் பண்ணனுமா?" எனக் கேட்டாள் அமாவாசையைப் பார்த்து.

"ஆமாம்மா. பத்து மணிக்கு ஒருவர் வரச் சொன்னார். என்னோட ஃபோன்ல சார்ஜ் இல்ல."

"நம்பர் தெரியுமா?"

"தெரியும்."

"இந்தாங்க. என்னோட ஃபோன்ல பண்ணுங்க" எனச் சொல்லி மொபைலைக் கொடுத்தாள் சாந்தி. மொபைலை வாங்கி டேவிட் எண்ணினைப் போட்டார் அமாவாசை. ஒரே ரிங்கில் எடுத்தார் டேவிட்.

"ஹலோ யாரு?"

"அமாவாசை பேசுறேன் சார். எங்க இருக்கீங்க? நான் பெருங்களத்தூர் வந்துட்டேன். சிக்னல் தாண்டி இருக்கேன். என்னோட ஃபோன்ல சார்ஜ் இல்ல. இது வேற ஒருத்தவங்க ஃபோன்."

"நானும் இங்கதான் இருக்கேன். பெரிய கட்டிடம் இருக்கில்ல! அது எதிர்க்கத் தான் இருக்கேன். கையைத் தூக்கிக் காட்டுறேன்" எனச் சொல்லிக் கொண்டு தன் மொபைலில் விளக்கை எரியவிட்டு கையை மேல் நோக்கி அசைத்தார் டேவிட்.

"பார்த்துட்டேன் சார். அங்கேயே இருங்க வரேன்."

மொபைலைச் சாந்தியிடம் கொடுத்து நன்றி சொல்லிவிட்டு, டேவிட்டைப் பார்த்தபடியே சாலையைக் கடக்க முயன்ற அமாவாசையை, டேவிட் கண் முன்னரே லாரி இடித்துத் தூக்கி வீசி விட்டு நிற்காமல் போனது. "ஐயோ..." எனக் கத்தியவாறு அமாவாசை ரத்த வெள்ளத்தில் விழுந்து கிடக்கும் இடத்திற்கு டேவிட் ஓடினார். பதற்றத்துடன் சாந்தியும் ஓடினாள்.

ஆம்புலன்ஸ்க்கு ஃபோன் பண்ணினான் சங்கர். கூட்டம் கூடிவிட்டது. சிலர் மொபைலில் வீடியோ எடுத்தார்கள். ஒரு வெளிநாட்டுக்காரர் வயிற்றில் அடித்துக் கொண்டு அழுவதைப் பார்த்து, அங்கிருந்தவர்கள் கண்களும் கலங்கின.

"அண்ணா, ஆம்புலன்ஸ் எங்க வர்றாங்கன்னு கேளுங்கண்ணா" என்றாள் சாந்தி.

ஆம்புலன்ஸ்க்கு ஃபோன் பண்ணினான் சங்கர்.

"ஹலோ சார் சீக்கிரம் வாங்க! ரத்தம் நிறைய போகுது" என்ற சங்கரின் பேச்சில் அவசரம் தெரிந்தது.

"இரும்புலியூர் வந்துட்டோம். இன்னும் ரெண்டு நிமிஷத்துல வந்துருவோம்" என்றனர் ஆம்புலன்ஸிலிருந்து.

“இரும்புலியூர் வந்துட்டாங்களாம் சாந்தி” எனச் சொல்லிக் கொண்டிருருக்கும் போதே ஆம்புலன்ஸ் சைரன் சத்தம் கேட்டுக் கூட்டத்தில் இருந்த அனைவரும் வழி விட்டு ஒதுங்கி நின்றார்கள். ஆம்புலன்ஸில் வந்தவர்கள் மின்னல் வேகத்தில் செங்கல்பட்டு ஜி.ஹெச்.க்கு அமாவாசையைக் கொண்டு போனார்கள்.

செங்கல்பட்டு ஜி.ஹெச்.க்குக் கொண்டுபோகும் வழியிலேயே அமாவாசை இறந்துவிட்டார்.

“சார், இப்படியே ஊருக்குப் போய்டலாம் சார். இறந்துட்டாரு, இனி எதுக்கு ஹாஸ்பிட்டலுக்குப் போகணும்?” எனக் கேட்டார் டேவிட்.

“சார், இது 108 கவர்மண்ட் ஆம்புலன்ஸ். இதில் பேஷன்ட்டை ஏத்திட்டு பக்கத்துல எந்த ஹாஸ்பிட்டல் இருக்கோ அங்க தான் நாங்க போகணும். இதுதான் எங்களுக்குச் சொல்லிருக்கும் ரூல். வீட்டுக்கு நாங்க வரமுடியாது. நாங்க செங்கல்பட்டு ஜி.ஹெச்.ல விடுறோம். அங்க சில ஃபார்மால்டிஸ் இருக்கு. ஃபார்மால்டிஸ் முடிஞ்சதும் போஸ்ட் மார்ட்டம் பண்ணித்தான் உங்ககிட்டத் தருவாங்க. அப்ப்புறம்தான் உங்களால ஊருக்குக் கொண்டுட்டுப் போகமுடியும்.”

‘என்னைக் கல்யாணம் பண்ணிக்கிறியான்னு நாம கேட்ட ஒரு வார்த்தை தான். இதற்கெல்லாம் காரணம்’ என தனக்குள் நினைத்து அழுது கொண்டிருக்கும் டேவிட்டின் கண்கள் சிவந்து ரத்தம் போல் காணப்பட்டன.

○

4

“அண்ணா வீட்டுக்குப் போலாம்ண்ணா. ஒரு மாதிரியா இருக்கு. தலை வலிக்குது. நம்ம ஆட்டோல அவரை ஏத்தாம இருந்திருந்தா நடந்தே வந்திருப்பார். இந்த மாதிரி அடிபட்டிருக்க மாட்டார்ண்ணா” எனச் சொல்லி அழுதாள் சாந்தி.

“விதி அடிப்படுணும்ன்னு இருந்தா யார் தடுத்தாலும் முடியாது சாந்தி. நீ வீணா மனசப்போட்டுக் குழப்பிக்காத” என்றான் சங்கர்.

பேசிக்கொண்டே இருவரும் வீட்டுக்கு வந்தார்கள். ஆட்டோவில் இருந்து இறங்கினாள் சாந்தி.

“ஓகேம்மா. நான் கிளம்புறேன்.”

“உள்ள வாங்க அண்ணா. டீ குடிச்சிட்டுப் போங்க.”

கதவைத் தட்டினாள் சாந்தி.

“யாரு?”

“நான்தான்டி.”

கதவைத் திறந்தாள் செல்வி.

“என்னக்கா வந்துட்ட! அண்ணனும் வந்துருக்கு? எப்பவும் ரோட்ல இறக்கி விட்டுட்டு அப்படியே போய்டுவாரு” என வினவினாள் செல்வி.

“செல்வி, டீ போடுடி அண்ணனுக்கு,”

“அண்ணனுக்கு மட்டுமா?”

“எனக்கும் தான்.”

“செல்விக்கா, எனக்கும் டீ வேணும்க்கா” எனச் சொன்னாள் சுமதி.

பாலில் அதிகம் தண்ணீர் ஊற்றினாள் செல்வி.

“எதுக்குடி தண்ணி நிறைய ஊத்துற?” என வினவினாள் சாந்தி.

“ஹ்ம்ம்... நீங்க டீ குடிக்கும்போது நான் என்ன வேடிக்கை பாக்கவா? பால் கொஞ்சம் தான் இருக்கு. தண்ணி ஊத்துனா தான் நாலு பேர் குடிக்க முடியும்” எனப் பல்லைக் காட்டியபடி சொன்னாள் செல்வி.

தேநீர் அருந்தி விட்டு சங்கர் கிளம்பினான்.

“எனக்குத் தல வலிக்குது. நான் தூங்கப் போறேன்” எனச் சொல்லிவிட்டுத் தன் அறைக்குச் சென்றாள் சாந்தி.

“அக்கா, ஃபோன் கொடுத்துட்டுப் போ” என்றாள் செல்வி.

கைபேசியைச் செல்வியிடம் கொடுத்துவிட்டு, “பார்த்துட்டு சார்ஜர்ல போடு” எனச் சொல்லிவிட்டுப் போனாள் சாந்தி.

சுவரில் சாய்ந்து உட்கார்ந்து கொண்டு, செல்வியும் சுமதியும் இன்ஸ்டாகிராமில் ரீல்ஸ் பார்த்துக் கொண்டிருந்தார்கள். முப்பது நிமிடங்களாகப் பார்த்துக் கொண்டிருந்ததால், சுமதிக்குத் தூக்கம் கண்களைச் சொருகின. ரீல்ஸை விட்டு வெளியே வந்து புகைப்படம் பார்க்கலாம் என கேலரியைத் திறந்தாள் செல்வி.

“அக்கா எனக்குத் தூக்கம் வருது” என சொல்லிவிட்டு சுமதி கிளம்பவும், அமாவாசையும் சாந்தியும் இருக்கும் புகைப்படம் திரையில் வரவும் சரியாக இருந்தது. ஒரு வினாடி இடைவேளையில், அமாவாசையின் புகைப்படத்தைப் பார்க்காமல் தவறவிட்டுவிட்டாள் சுமதி.

விடிந்ததும், அமாவாசை சாந்தி கைபேசியில் இருந்து கடைசியாகப் பேசிய எண்ணுக்கு அழைத்தாள் சாந்தி. அழைப்பு ஏற்கப்படாததால் மீண்டும் முயற்சி செய்தாள்.

“ஹலோ யாரு?” எனக் கேட்டார் டேவிட்.

“அண்ணா, நேத்து நைட்டு ஆக்சிடென்ட் ஆச்சே! அவர் எப்படி இருக்கார்? நேத்து என்னோட ஃபோன்ல தான் அவர் பேசினார்.”

“அவர் ஹாஸ்பிட்டலுக்குப் போற வழியிலயே இறந்துட்டாரு. போஸ்ட் மார்டம் பண்ணி பாடியைக் கொடுத்துட்டாங்க. வீட்டுக்குக் கொண்டு போறேன்” என சோகம் நிறைந்த குரலில் சொன்னார் டேவிட்.

“சார், எனக்கு வீட்டு அட்ரஸ் மெசேஜ் பண்ணுங்க சார்” எனச் சொல்லிட்டு இணைப்பைத் துண்டித்து விட்டு, சங்கர்க்கு ஃபோன் பண்ணி விவரத்தைச் சொல்லி ஆட்டோவைக் கொண்டு வரச் சொன்னாள் சாந்தி.

“என்னக்கா எதுக்கு ஆட்டோ?” என வினவினாள் செல்வி.

“நேத்து எங்ககூட ஒருத்தர் ஆட்டோல வந்தார். அவர் ரோட கிராஸ் பண்ணும்போது லாரியில் அடிப்பட்டுட்டார். அவர் கடைசியா என் ஃபோன்லதான் யார்கிட்டயோ பேசினார். நான் அந்த நம்பருக்கு ஃபோன் பண்ணி எப்படி இருக்கார்ன்னு கேட்டேன். அவர் ஹாஸ்பிட்டல்க்குப் போகும் போதே இறந்துட்டாராம். அதான் அவங்க வீட்டு அட்ரஸ் கேட்டிருக்கேன்” எனச் சாந்தி சொல்லிக் கொண்டிருக்கும் போது, க்லீங் என மெசேஜ் சத்தம் கேட்டதும் கைபேசியைப் பார்த்தாள் சாந்தி.

சங்கரும் வந்தான். சங்கருக்குத் தேநீர் கொடுத்தாள் சுமதி.

“அட்ரஸ் வந்தாச்சா? போலாமா?” என தேநீர் குடித்துக் கொண்டே கேட்டான் சங்கர்.

“வேணான்ண்ணா.”

“என்னமா? ஏன் போல?”

“நான் இங்க எங்கயாவது இருக்கும்ன்னு பார்த்தா அட்ரஸ் செஞ்சின்னு இருக்கு” எனச் சொன்னாள் சாந்தி.

சாந்தியிடமிருந்து மொபைலை வாங்கி, முந்தைய நாள் கடைசியாக எடுத்த செல்ஃபி ஃபோட்டோவைப் பார்த்து, “நேத்து நம்ம கூட ஆட்டோல வந்த மனுஷன் இன்னிக்கு இல்ல; இதான் வாழ்க்கை” எனச் சொன்னான் சங்கர்.

ஃபோட்டோவை சங்கர், சாந்தி, செல்வி, சுமதி என நான்கு பேரும் ஒன்றாகப் பார்த்தார்கள்.

“அக்கா! இது என்னோட அப்பாக்கா!!” என பலமாக ஓலமிட்டாள் சுமதி. “ஐயோ என் அப்பாவை நான் கொன்னுட்டேன். ஐயோ என் அப்பாவை நான் கொன்னுட்டேனே!” எனக் கத்தினாள். தலையிலும் மார்பிலும் அடித்துக் கொண்டாள். “அக்கா, நான் வீட்டை விட்டு வந்ததால் தான் அப்பா என்னைத் தேடிகிட்டு வந்தாரு. என் அப்பாவை நான் தான் கொன்னுட்டேன்” எனச் சொல்லிக் கொண்டே மயங்கினாள் சுமதி.

சாந்தியும் செல்வியும் தாங்கிப் பிடித்தார்கள். சங்கர் தண்ணீர் கொண்டு வந்து கொடுத்தான். தண்ணீரை வாங்கிக் கையில் ஊற்றி பளீர் பளீர் என சுமதி முகத்தில் அடித்தாள் சாந்தி. சுமதி மயக்கம் தெளிந்து கண் விழித்தாள். எழுந்தவுடன் மீண்டும் அழத் தொடங்கினாள். தோளில் சாய்த்துக் கொண்டு சுமதிக்கு ஆறுதல் சொன்னாள் சாந்தி.

“அக்கா நான் ஊருக்குப் போறேன்க்கா. அந்த நம்பருக்கு ஃபோன் பண்ணி, நான் ஊருக்கு வரேன்னு மட்டும் சொல்லிடுங்கக்கா” என அழுது கொண்டே ஊருக்குக் கிளம்பினாள் சுமதி.

“நாங்களும் வர்றோம்” எனச் சொன்னாள் சாந்தி. ‘ஆமாம்’ என தலை அசைத்தாள் செல்வி.

டேவிட்டின் எண்ணிற்கு அழைத்தாள் சாந்தி.

“இறந்து போனவர் பொண்ணு சுமதி எங்க கூடத்தான் இருக்கா. நாங்க கிளம்பி வர்றோம்” என்றாள் சாந்தி.

“நீங்க யாரு?”

“இப்போ பேசறதுக்கு நேரம் இல்ல. உடனே கிளம்பணும். நேர்ல சொல்றேன் சார்” எனச் சொல்லிவிட்டு இணைப்பைத் துண்டித்தாள் சாந்தி.

“அவ்ளோ தூரம் போகணும்ன்னா பெட்ரோல்க்கு ரூபாய் இருக்கா?” என சங்கர் சாந்தியை தனியாக அழைத்துக் கேட்டான்.

“போகும் வழியில் சரோஜாகிட்ட வாங்கிட்டுப் போலாம்.”

“அவகிட்டயா? அவ கிட்ட ரூபா வாங்கிட்டு சொன்ன தேதியில் தரலைன்னா எப்படி வசூல் பண்ணுவான்னு தெரியும்ல?” என வினவினான் சங்கர்.

“தெரியும்ண்ணா. வேற வழி இல்ல. இப்போதைக்குப் பணம் வேணும்னா சரோஜாவ விட்ட வேற ஆள் இல்ல” என்றாள் சாந்தி.

இருவரும் பேசிக் கொண்டிருக்கும் போது, “அக்கா கிளம்புங்க” என அழுகையும் குரலுமாகச் சொன்னாள் சுமதி.

“இரு; பெட்ரோல்க்கு ரூபாய் ரெடி பண்ணனும்” எனச் சொன்னாள் சாந்தி.

“பெட்ரோல்க்கு எவ்ளோ ஆகும்?”

“போயிட்டு வர மூவாயிரம் ஆகும்” எனச் சொன்னான் சங்கர்.

“அக்கா என்கிட்ட மூவாயிரம் ரூபாய் இருக்கு. அதுல பெட்ரோல் போட்டுப் போய்க்கலாம். அங்க போய்ப் பார்த்துக்கலாம். சீக்கிரம் கிளம்புங்கக்கா” என அழுது கொண்டே சொன்னாள் சுமதி.

அனைவருக்கும் ஆட்டோவில் ஏறினார்கள். சங்கர்க்கு அவசரம் தெரிந்ததால் ஆட்டோவை மின்னல் வேகத்தில் இயக்கினார்.

அதே நேரத்தில் மாத்தூரில் கோயில் திருவிழா என்பதால் அமாவாசையின் உடலை சீக்கிரம் எடுப்பதற்கு ஊர்க்காரர்கள் முடிவு பண்ணினார்கள்.

"கொஞ்சம் பொறுங்க; சுமதி வந்துட்டிருக்கா" எனச் சொன்னார் டேவிட்.

ஊர்க்காரர்கள் ஆச்சரியமாகப் பார்த்தார்கள் டேவிட்டை. அதில் ஒருவர், "சுமதியைத் தேடிப் போய் தான் இந்த மாதிரி ஆச்சுன்னு சொல்றீங்க. சுமதி கிடைக்கலைனும் சொன்னீங்க.. இவ்வளவு நேரம்! இப்போ சுமதி வந்துட்டிருக்கான்னு சொல்லுறீங்க! ஒன்னும் புரில சார்" எனக் கேட்டார்.

"சுமதிக்கு அவங்க அப்பா இறந்த விஷயம் எப்படி தெரிஞ்சதுன்னு எனக்குத் தெரில. ஆனா இப்போ எனக்கு ஒரு ஃபோன் கால் வந்தது. யார் பேசினாங்கன்னு தெரில. ஆனா சுமதி வரான்னு சொன்னாங்க. 'நீங்க யாரு?'ன்னு கேட்டேன். அவங்க சொல்லல" என்றார் டேவிட்.

"சரி வரட்டும். ஒரு மணி நேரம் வெய்ட் பண்ணலாம். அமாவாசைக்கும் சுமதிய விட்டா யாரும் இல்ல" என ஊர்ப் பெரியவர் ஒருவர் சொன்னார்.

"யோவ் பெரியவரே! இப்போ பொணத்தை எடுத்தா தான் நாம சரியான நேரத்துல காப்பு கட்டமுடியும்" என கோயில் நிர்வாகி ஒருவர் சத்தமாகச் சொன்னார்.

"மனுஷனோட உணர்வுகள விட சாமி முக்கியமா போச்சா உங்களுக்கு?" என உடலை எடுக்க வேண்டும் எனச் சொன்னவர்களைப் பார்த்துக் கேட்டார் டேவிட்.

"சார் நீங்க வெளிநாட்டுக்காரர். எங்க பழக்கவழக்கத்தைப் பத்தி உங்களுக்கு ஒன்னும் தெரியாது. அதுவும் நீங்க ஒரு வேதக்காரர். ஊருக்கும் ஊர் மக்களுக்கும் உதவி பண்ணியிருக்கீங்க. அதுக்காக எங்க நம்பிக்கையில் நீங்க தலையிடாதீங்க" என ஒருவர் சொன்னார்.

அமாவாசையின் உடலை எடுக்கலாம் என ஒரு குழுவும், எடுக்கக் கூடாது என ஒரு குழுவும் இரண்டாகப் பிரிந்தார்கள். உடலை இப்பொழுதே எடுக்கலாம் என்ற குழுவில் இளைஞர்கள் அதிக பேர் இருந்தனர். சுமதி வந்ததும் அமாவாசை உடலை அடக்கம் செய்யலாம் எனச் சொல்லும் குழுவில் வயது முதிர்ந்தவர்கள் இருந்தார்கள். ஊர்க்காரர்கள் பேசிக் கொண்டிருக்கும் போதே ஒருமணிநேரம் ஆகிவிட்டது.

"சார், நீங்க சுமதிக்கு ஃபோன் பண்ணி எங்க வர்றாங்கன்னு கேளுங்க."

சாந்தியின் எண்ணிற்கு அழைத்தார் டேவிட்.

"ஹலோ, சொல்லுங்க?"

"இப்போ எங்க இருக்கீங்க?"

"அண்ணா, நாம இப்போ எங்க இருக்கோம்? கேக்குறாங்க."

"மேல்மருவத்தூர். இன்னும் ரெண்டு மணிநேரத்துல மாத்தூர் போய்டலாம்" எனச் சொன்னான் சங்கர்.

"சார் நாங்க மேல்மருவத்தூரை கிராஸ் பண்றோம். இன்னும் ரெண்டு மணிநேரத்துல வந்துருவோம்."

மொபைல் மைக்கைப் பொத்திக் கொண்டு, "இன்னும் ரெண்டு மணிநேரம் ஆகுமாம் சுமதி வர" எனச் சொன்னார் டேவிட்.

"ஓகே வாங்க" என இணைப்பைத் துண்டித்தார்.

"இப்போ தான் மருவத்தூர் வர்றாங்களாம். அவங்க எப்போ வந்து பாடியை எடுக்கறது? அதுலாம் வேலைக்கு ஆகாது. இன்னும் அரைமணி நேரத்தில் பாடியை எடுக்கணும். ரெடி பண்ணுங்க" எனக் குரலை உயர்த்திச் சொன்னார் கோயில் நிர்வாகி ஒருவர்.

டேவிட் வார்த்தை அங்கு எடுப்படவில்லை. எடுப்பதற்கான செலவுக்கு ரூபாய் கொடுத்துவிட்டு ஒதுங்கியே இருந்தார் டேவிட்.

○

5

அழுது அழுது முகம் எல்லாம் வீக்கத்துடன் காணப்பட்டாள் சுமதி.

"சாந்தி டீ குடிச்சிட்டுப் போலாம். வண்டி இன்ஜின் ரொம்ப சூடா இருக்கு. ஒரு மாதிரி சத்தம் வருது. தொடர்ந்து ஓட்டினா இன்ஜின் சீஸ் ஆயிடும். ஒரு பத்து நிமிஷம் டீக்கடைல நிக்கலாம்" எனச் சொல்லிவிட்டு ஒரு தேநீர்க்கடையில் ஆட்டோவை நிறுத்தினார். மூவர் மட்டும் இறங்கினார்கள். சுமதி இறங்கவில்லை. ஆட்டோவில் ஒரு மூலையில் சாய்ந்தபடி அழுது கொண்டிருந்தாள்.

"வா சுமதி டீ குடிக்க."

"வேணாம்க்கா நீங்க குடிங்க" என அழுது கொண்டே சொன்னாள் சுமதி.

மூன்று தேநீர் சொல்லிவிட்டு, ஒரு கூல் ட்ரிங்ஸ் வாங்கி சுமதியிடம் கொடுத்து வற்புறுத்திக் குடிக்க வைத்தாள் சாந்தி.

தேநீர் குடித்துவிட்டு ஒரு சிகரெட்டைப் பற்றவைத்து ஊதினான் சங்கர். சாந்தியும் செல்வியும் ஆட்டோவில் ஏறினார்கள்.

"அக்கா சீக்கிரம் வரச்சொல்லுங்க" எனச் சொல்லிக் கொண்டே செல்வியின் தோளில் சாய்ந்தாள் சுமதி. 'அண்ணா...' எனக் குரல் கொடுத்தாள் சாந்தி. சிகரெட்டைக் கீழே போட்டு மிதித்து விட்டு வண்டியில் ஏறினான் சங்கர்.

அமாவாசை உடலை எடுப்பதற்கு ஏற்பாடானது. அமாவாசைக்கு ஆண் வாரிசு இல்லை என்பதால் யாரு கொள்ளி போடுவது எனக் கேட்டார் ஒருவர். அங்கு சற்று நேரம் மௌனம் நிலவியது.

"நான் போடுறேன்" எனச் சொன்னார் டேவிட்.

"அப்புறம் என்னப்பா? ஆக வேண்டியதைப் பாருங்க" என ஊர்ப்பெரியவர் ஒருவர் சொன்னார்.

ஊர்க்காரர்கள் அதை ஏற்றுக் கொள்வது போல் மௌனம் கலைந்து வேலைகளில் இறங்கினார்கள். டேவிட்க்கு மொட்டை போட்டு கொள்ளி போடுவதற்கு ஏற்பாடு பண்ணினார்கள்.

ஆட்டோவை அசுர வேகத்தில் இயக்கினான் சங்கர்.

சடங்கு சம்பிரதாயம் எல்லாம் முடிந்து உடலைத் தூக்கினார்கள். கொள்ளிச்சட்டியைத் தூக்கிக் கொண்டு கலங்கிய கண்களோடு முன்னே சென்றார் டேவிட். மாத்துருக்குச் சொந்தமான இடுகாட்டில் அமாவாசையின் உடல் அடக்கம் செய்யப்பட்டது.

எல்லாம் முடிந்து ஊர்க்காரர்களும் டேவிட்டும் ஊருக்குள் திரும்பும் போது ஆட்டோ ஊருக்குள்ளே நுழைந்தது. ஒலி எழுப்பியவாறே வந்த ஆட்டோவை டேவிட் திரும்பிப் பார்த்தார். சுமதி ஆட்டோ உள்ளிருந்து டேவிட்டைப் பார்த்தாள். டேவிட் இருக்கும் நிலைமையைப் பார்த்த சுமதிக்கு டேவிட் தான் தன் அப்பாவுக்குக் கொள்ளி போட்டிருக்கார் என தெள்ளத்தெளிவாகத் தெரிந்தது. தான் வரும் முன் அப்பாவை அடக்கம் பண்ணி விட்டார்களே என்று ‘ஓ...’ வென அழுதாள் சுமதி. ஆட்டோவில் இருந்து இறங்கி இடுகாட்டை நோக்கி ஓடினாள். அவளைப் பின் தொடர்ந்து சாந்தியும் செல்வியும் சங்கரும் ஓடினார்கள். டேவிட்டும் ஓட முற்பட்டார்.

“சார் நீங்க போகக்கூடாது. கொள்ளி போட்டுட்டுத் திரும்பி சுடுகாட்டுக்குப் போகக்கூடாது. வீட்டுக்குப் போங்க சார்” என ஊர்க்காரர் ஒருவர் சொன்னார். டேவிட் வீட்டிற்குக் கிளம்பினார்.

அமாவாசை அடக்கம் செய்த மண் குவியல் மீது விழுந்து, “அப்பா எழுந்திருங்கப்பா. அப்பா, என்ன பாருங்கப்பா. உன்னோட சுமதி வந்து இருக்கேன். என்ன பாருங்க. இனிமே உங்ககிட்ட சொல்லாம நான் எங்கேயும் போக மாட்டேன்ப்பா. எனக்கு இனிமே யாரு இருக்கா. வாங்கப்பா எழுந்திருங்கப்பா. நான் சுமதி வந்து இருக்கேன்ப்பா. அப்பா உங்க பேச்சைக் கேட்கிறேன்ப்பா. நா, நீ யாரைச் சொல்றிங்களோ அவுங்களயே கட்டிக்கிறேன்ப்பா. வீட்டுக்குப் போலாம் வாங்கப்பா. என்ன பாவம் பண்ணனோ உங்க முகத்தைக் கூடப் பாக்க முடியலையேப்பா” என அழுதபடி அமாவாசை உடல் மீது போட்டிருக்கும் மண்ணை நாய்கள் பிறாண்டுவது போல் பிறாண்டி பிறாண்டிக் கையின் நகக்கண்ணில் ரத்தம் வந்துவிட்டது. சமாதி மேல் அப்படியும் இப்படியும் உருண்டு புரண்டு அழுதாள் சுமதி. செல்வி தூக்கிவிடப் போனாள். சாந்தி செல்வியின் கையைப் பிடித்து இழுத்து,

"அவ அழட்டும் விடு. மனசுல இருக்கும் பாரம் குறையும்" என்றாள் சாந்தி.

"அக்கா, கையில் ரத்தம் வருதுக்கா."

"ஐயோ! அப்பா உயிர் போகும் போது என்னவெல்லாம் நெனச்சிருப்பீங்க. அப்பா, இந்தப் பாவி தான்ப்பா கொன்னுட்டேன். இந்தப் பாவி தான் கொன்னுட்டேன்" என தன் மார்பில் அடித்துக்கொண்டு அழுதாள் சுமதி. அழுதவள் அப்படியே மயங்கிச் சாய்ந்தாள்.

சாந்தியும் செல்வியும் சுமதியைத் தூக்கி ஆட்டோவில் கிடத்தினார்கள்.

"அண்ணா ஊருக்குள்ள போங்க."

ஆட்டோவை எதிர்பார்த்து டேவிட் நின்றிருந்தார். சுமதி வீட்டில் ஆட்டோ நின்றதும், சுமதியைத் தூக்கி தலையில் தண்ணி ஊற்றினான் சங்கர்.

"அண்ணா நீங்க போங்க. நாங்க பாத்துகிறோம்" எனச் சொன்னாள் சாந்தி.

சங்கரும் டேவிட்டும் விலகினார்கள்.

தண்ணி பட்டதும் மயக்கம் தெளிந்து பார்த்த சுமதி, வீட்டில் இருக்கிறோம் என்பதை உணர்ந்தாள்.

"அக்கா விடுங்க. நான் குளிச்சுட்டு வர்றேன்" எனச் சொன்னாள் சுமதி.

இருவரும் வெளியில் வந்தார்கள். குளித்து முடித்து வேறொரு ஆடை மாற்றிக் கொண்டு வெளியில் வந்தாள் சுமதி.

டேவிட்டும் சாந்தியும் பேசிக் கொண்டிருந்தார்கள். செல்வியும் சங்கரும் செல்வி பக்கத்தில் இருந்தார்கள். சுமதி அருகில் வந்தாள்.

"நாங்க வர்றதற்குள் என்ன அவசரம்? அப்பா முகத்தக் கூடக் காட்டாம அடக்கம் பண்ணிட்டீங்க?" என டேவிட்டிடம் பேச விருப்பம் இல்லாதவள் போல் தரையைப் பார்த்துக் கொண்டு கேட்டாள் சுமதி.

"நான் எவ்வளவோ பேசிப் பார்த்தேன். நீங்க வெளிநாட்டுக்காரர்; எங்களோட பழக்க வழக்கத்தைப் பற்றி உங்களுக்கு ஒன்னும் தெரியாது; ஊர்க் கோயில் திருவிழா உரிய நேரத்தில் காப்பு கட்டலன்னா ஊருக்கு ஏதாவது ஆகும்ன்னு சொல்லி என் வாயை அடைச்சுட்டாங்க."

சுமதியின் கோபம் ஊர்க்காரர்கள் மேல் திரும்பியது. ஆனாலும் யாரையும் எதுவும் கேட்கும் நிலையில் இல்லை சுமதி.

"அக்கா, அப்பா ரூபாய் எதாவது இருக்கா கேளுங்க அவர்கிட்ட."

"அமாவாசை ரூபா எதுவும் இல்ல. எவ்ளோ வேணும்?" எனக் கேட்டார் டேவிட்.

"அக்கா பத்தாயிரம் கேளுங்க. இந்த வீட்டை அவர வெச்சிக்கிட்டுக் கொடுக்கச் சொல்லுங்க."

"இந்த வீட்டை எனக்குக் கொடுத்துட்டு நீ எங்க போவ?" என டேவிட் கேட்டார்.

"நான் சென்னைக்குப் போறேன். எனக்குன்னு இனிமே இங்க யாரு இருக்கா?" எனக் கேட்டுவிட்டு, சாந்தியைப் பார்த்து, "அக்கா சீக்கிரம் போலாம் வாங்க. ரூபாய் தர்றாரா இல்லையான்னு கேளுங்க" என சுமதி சொல்லி முடிக்கும் முன், கேட்ட ரூபாயை எடுத்து நாற்காலி மேல் வைத்தார் டேவிட்.

"அப்பா வெச்சிருந்த என்னோட ஃபோன் எங்கன்னு கேளுங்கக்கா."

"ஆக்சிடென்ட்டான அன்னிக்கு தூள் தூளா உடைஞ்சு போச்சே! நானே பார்த்தேன்" எனச் சொன்னாள் சாந்தி.

"எல்லார் நம்பரும் அதுலதான் இருந்தது" என்றவாறு வீட்டில் இருந்து தனக்குத் தேவையானதை எடுத்துக் கொண்டு கிளம்பினாள் சுமதி. சங்கர் ஆட்டோவை ஸ்டார்ட் செய்தான். சுமதி முதலில் ஏறினாள். இரண்டாவது செல்வி ஏறினாள். சாந்தி ஏறுவதற்குத் தயார் ஆனாள். "ஒரு நிமிஷம்" என சாந்தியைக் கூப்பிட்டார் டேவிட்.

"சொல்லுங்க சார்?"

"உங்க பேரு?"

"சாந்தி."

"காலையில் நீங்க தான் பேசினீங்களா? அந்த நம்பர் உங்களது தானா? அந்த நம்பரை சேவ் பண்ணத்தான் கேக்குறேன்."

"ஆமாங்க சார். அது என்னோட நம்பர் தான்."

"ஓகே. போய்ட்டு வாங்க. நீங்க கால் பண்ண நம்பர் என்னோடது தான். என்னோட பெயர் டேவிட்ன்னு சேவ் பண்ணி வச்சிக்கோங்க. சுமதிக்கு எதாவது தேவைன்னா கால் பண்ணுங்க."

மூன்று மணி நேரத்தில் சென்னைக்கு வந்து சேர்ந்தார்கள். ஆட்டோவை விட்டு இறங்கியதும் 2000 ரூபாய் எடுத்து சங்கரிடம் கொடுத்தாள். ஆயிரம் ரூபாய் தன் செலவுக்கு எடுத்து வைத்துக் கொண்டு, மீதி ரூபாயை வீட்டுச் செலவுக்கு வைத்துக் கொள்ளுமாறு சாந்தியிடம் கொடுத்தாள் சுமதி.

"நான் கிளம்புறேன்" எனச் சொல்லிவிட்டுக் கிளம்பினான் சங்கர்.

"செல்விக்கா நாளைக்கு நான் வேலைக்குப் போறமாதிரி பாருங்கக்கா. எந்த வேலைனாலும் பரவால."

"சாந்திக்கா மண்டை ஓடு மகாலிங்கம் நம்பர்க்கு கால் பண்ணுங்கக்கா" என்றாள் செல்வி.

மகாலிங்கத்தின் எண்ணைப் போட்டுக் கொடுத்தாள் சாந்தி. கைபேசியைக் கையில் வாங்கிக் கொண்டு தனியாகப் போனாள் செல்வி.

"ஹலோ..., சொல்லு சாந்தி."

"நான் செல்வி பேசுறேன்."

"ஹ்ம் சொல்லு. என்ன?"

"நாளைக்கே சேருற மாதிரி ஒரு வேலை வேணும். எதாவது கைவசம் வேலை இருக்கா?"

"டிரைவிங் வேலை இருக்கு. சம்பளம் இருபது ஆயிரம். எனக்கு முதல் மாசம் சம்பளத்துல பாதி தரணும். கமிஷன் ஓகேன்னா சொல்லு" என்றான் மண்டை ஓடு மகாலிங்கம்.

"மண்டை, வேலை பொண்ணுக்கு. டிரைவிங் வேலை செட் ஆகாது."

"ஏய்... மண்டையின்னு சொல்லாதன்னு உனக்கு நெறைய வாட்டி சொல்லிருக்கேன்" எனக் கோவமாகப் பேசினான் மண்டை ஓடு மகாலிங்கம்.

"சாரி மகாலிங்கம். பொண்ணுக்கு தான் வேலை வேணும்."

"வேலை இருக்கு ஆனா...."

"என்ன ஆனான்னு இழுக்குற?" என வினவினாள் செல்வி.

"வேலை வாங்கித் தர்றேன். வேலை செய்யும் இடத்துல முதலாளி செரியில்ல, அவரு ஒரு மாதிரி பாக்குறாரு, கூட வேல செய்றவன் செரியில்ல, அப்படி இப்படின்னு என்னைக் கேக்கக்கூடாது சொல்லிட்டேன்."

“இந்த வேலைக்குக் கமிஷன் எவ்ளோன்னு சொல்லல?” எனக் கேட்டாள் செல்வி.

“கமிஷன் ஒன்னும் வேணாம்.”

“வேணாமா! என்ன தூக்கத்துல பேசுறயா?” எனச் சிரிப்புடன் கேட்டாள் செல்வி.

“கமிஷன் வேணாம். நீ வந்தா போதும்.”

“அதானே! எங்கடா திருந்திட்டியோன்னு பார்த்தேன். அதுலயும் ஒரு சின்ன சந்தோசம். எந்தப் பொண்ணுக்கு வேலை வாங்கித் தர்றியோ அந்தப் பொண்ணுதான் வரணும்னு சொல்லல” எனச் சொன்னாள் செல்வி.

“நீ முதலில் திருந்து அப்பறம் எல்லாரையும் திருத்து. உனக்கு என்ன கேடு? வேலைக்குப் போய் சம்பாதிக்காம ஒடம்பக் காட்டிச் சம்பாதிக்கிற?” எனக் கிண்டலான தோரணையில் கேட்டான் மண்டை ஓடு மகாலிங்கம்.

“பொண்ணுங்கள கழிவறை என நினைக்கிற உன்னை மாதிரி ஆளுங்க கிட்டருந்து, எங்கள மாதிரி பொண்ணுங்கத்தான் காப்பாத்தறோம். நாங்களும் இல்லன்னா அறுபது வயசு கிழவியைக் கூட விட்டு வைக்கமாட்டீங்க” எனக் கோவமாகச் சொன்னாள் செல்வி.

“சரி. உனக்கு ஓகேன்னா நாளைக்குக் காலைல எட்டு மணிக்கு கால் பண்ணு” எனச் சொல்லிவிட்டு அழைப்பைத் துண்டித்தான் மண்டை ஓடு மகாலிங்கம்.

மண்டை ஓடு மகாலிங்கம் பேசியதை ரகசியமாக சாந்தியிடம் சொன்னாள் செல்வி.

“நானும் கூட வரவா?”

“வேணாக்கா. நான் பாத்துக்கிறேன்.”

“சுமதி...”

“என்னக்கா?”

“உனக்கு வேலைக்குச் சொல்லிட்டேன் சுமதி. காலையில் எட்டு மணிக்கெல்லாம் கிளம்பு. நான் கூட்டிக்கிட்டுப் போய் விட்டுட்டு வர்றேன்.”

செஞ்சிக்குப் போய் விட்டு வந்தக் களைப்பில் மூவரும் சீக்கிரம் படுத்தார்கள். விடிந்தும் விடியாமலும் எழுந்து காலை உணவுக்கு இட்லி தயார் செய்துவிட்டு குளிக்கப் போனாள் சுமதி.

செல்வி எழுந்து சமையலறைக்குப் போனாள். தினசரி எழுந்ததும் தேநீர் தயாரிப்பதும், பாத்திரங்களைத் துலக்குவதும் செல்வியின் வழக்கம். அன்று எல்லாம் தயார் நிலையில் இருந்தது. ஒரு டம்ளரில் தேநீர் ஊற்றி குடித்தாள் செல்வி.

குளித்துவிட்டு வெளியே வந்த சுமதி, "அக்கா குளிக்கப் போங்க. நான் சாந்தி அக்காக்கு டீ கொடுத்துட்டு ரெடியாவுறேன்" என்றாள்.

சாந்தியை எழுப்பித் தேநீர் கொடுத்துவிட்டு, முதல்முறையாக வேலைக்குப் போகும் பதற்றதுடன் தயாரானாள் சுமதி. குளித்துவிட்டு செல்வியும் தயாரானாள்.

"சுமதி, வா போகலாம்."

"சாந்தி அக்கா, போயிட்டு வரேன்" என்றாள் செல்வி.

"பார்த்து! சுமதிக்கு வேலை பிடிக்கலைன்னா கூட்டிட்டு வந்துரு" என்று சொன்னாள் சாந்தி.

"சரிக்கா."

"டிஃபன் இருக்கு. சீக்கிரம் சாப்பிடுங்கக்கா. போயிட்டு வர்றேன்" என டாட்டா காட்டினாள் சுமதி. சாந்தியும் கையசைத்தாள்.

6

மண்டை ஓடு மகாலிங்கத்துக்கு ஃபோன் பண்ணினாள் செல்வி.

"ஹலோ கிளம்பியாச்சா?" எனக் கேட்டான் மண்டை ஓடு மகாலிங்கம்.

"எங்க வரணும்?"

"என்னோட வீட்டுக்கு வாங்க."

"வீட்டுக்கா!" எனக் கேட்டாள் செல்வி.

"ஆமா" எனச் சொல்லிவிட்டுப் அழைப்பைத் துண்டித்தான் மண்டை ஓடு மகாலிங்கம்.

அரைமணி நேரத்தில் மண்டை ஓடு மகாலிங்கத்தின் வீட்டு அழைப்பு மணி ஒலித்தது. கதவைத் திறந்தான் மகாலிங்கம். சுமதியும் செல்வியும் நின்றார்கள். இருவரையும் 'வாங்க!' என உள்ளே அழைத்து இருவருக்கும் உட்கார்வதற்கு நாற்காலி போட்டான் மகாலிங்கம். செல்வி ஏற்கெனவே பார்த்த முகம் என்பதால் சுமதியைப் பார்த்து, "வணக்கம்" எனக் கைகூப்பிச் சொன்னான். சுமதியும் வணக்கம் சொன்னாள். சுமதியை மேலிருந்து பாதம் வரைக்கும் கண் சிமிட்டாமல் பார்த்தான் (இல்லை; காமப்பார்வை சுமதிமேல் வீசினான் என்றுதான் சொல்லவேண்டும்). அந்தப் பார்வை சுமதி உடம்பில் கம்பிளிப்பூச்சி ஊர்வதுபோல் இருந்திருக்கவேண்டும். தன் உடைகளை சரி செய்து கொண்டாள் சுமதி.

"நீங்க பேசிக்கிட்டு இருங்க. நான் வேலை விஷயமா ஃபோன் பண்ணிட்டு வரேன்" எனச் செல்வியிடம் சொல்லிவிட்டு தன் அறைக்குச் சென்று கதவை அடைத்துக் கொண்டான் மகாலிங்கம்.

"அக்கா இவரை மண்டை ஓடு மகாலிங்கம்ன்னு எதுக்குக் கூப்பிடுறிங்கன்னு எனக்கு இப்போதான் புரிது. ஆளை விட மண்டை பெருசா இருக்கு" என்றாள் சுமதி.

"உடம்போட மண்டை பெருசா இருக்குன்னு கிண்டல் பண்ணாதடி. அவ்வளவும் மூளை."

"பார்க்கும் பார்வை சரியில்ல அக்கா" எனச் சொல்லிக் கொண்டிருக்கும்போதே கதவு திறக்கும் சத்தம் கேட்டு இருவரும் மௌனம் ஆனார்கள்.

"தோல் கம்பெனியில் தான் வேலை இருக்கு. இந்த வேலை வேண்டாம் வேற வேலை பார்த்துச் சொல்றேன்" என்றான் மகாலிங்கம்.

"எதுக்கு வரச்சொன்ன? நீ வேலை ரெடியா இருக்குன்னுதான சொன்ன?" என சிறு கோபத்துடன் கேட்டாள் செல்வி.

"கோவப்படாத. வேலை இல்லைன்னு சொல்லல. வேற வேலை வாங்கித் தரேன். சுமதி இருக்கும் அழகுக்கு இந்த வேலை வேண்டாம். தோல் கம்பெனி நாத்தம் தாங்கமுடியாது. வேற வேலை வாங்கித் தர்றேன்" என்றான் மண்டை ஓடு மகாலிங்கம்.

"எப்போ?" என புருவங்களை மேலே உயர்த்திக் கேட்டாள் செல்வி.

"ஐயோ தெய்வமே! இப்போவே கேட்டுச் சொல்றேன்" எனச் சொல்லிக் கொண்டே மொபைலை எடுத்தான். அதில் பதிந்து இருக்கும் எண் ஒன்றைத் தேர்வு செய்து அதற்கு அழைத்தான். ரிங் முழுவதும் போய் கட் ஆனது. செல்வியைப் பார்த்தான் மண்டை ஓடு மகாலிங்கம்.

"மீண்டும் ஃபோன் போடு "

"எதாவது மீட்டிங்ல இருப்பார். மிஸ்டு கால் பார்த்து கால் பண்ணுவார். கொஞ்சம் வெய்ட் பண்ணிப் பார்ப்போம். நீங்க டிஃபன் சாப்பிட்டீங்களா? எதாவது வாங்கி வரவா?" எனக் கேட்டான் மகாலிங்கம்.

"ஒன்னும் வேண்டாம்" எனச் சொல்லிவிட்டு இருவரும் மௌனமானார்கள்.

செஞ்சியில் இருந்து விழுப்புரம் போகும் சாலைச் சந்திப்பில் இளநீர்க் கடையில் இளநீர் குடித்துக் கொண்டிருந்தான் பாண்டி.

"வாங்க தம்பி எப்படி இருக்கீங்க? உங்க ஃப்ரெண்ட் எப்படி இருக்கார்?" என்று பாண்டியைப் பார்த்துக் கேட்டார் ஒருவர்.

அவரைப் பார்த்த உடனே அவர் ஒரு கிராமத்து ஆள் எனத் தெரிந்து கொண்டாலும், குழப்பத்துடன் பார்த்தான். அடையாளம்

தெரியவில்லை என்றாலும், தன்னைத்தான் கேள்வி கேட்கிறார் என்று புரிந்துகொண்டான் பாண்டி.

"என்ன தம்பி! நீங்க மாத்தூர்ல ஒரு கல்யாணத்துக்கு வந்தீங்களே?"

கணநேரத்தில் சுதாரித்துக் கொண்டு, "ஆமா. நல்லாருக்கேன். அவனும் நல்லா இருக்கான். இப்போதான் ஃபோன்ல பேசினேன். செஞ்சி வரைக்கும் வந்திருக்கேன்னு சொன்னேன். அப்படியே அவனுடைய மாமனாரைப் பார்த்துட்டு வரச்சொன்னான்" என்றான் பாண்டி.

"அவங்க மாமனார் மாமியார் எல்லாம் அவன் கூடத்தான் இருக்காங்க? கோவில் திருவிழாக்குக் கூட வரல " எனச் சொன்னதும், தலையைக் கவிழ்த்துக் கொண்டு, 'ஒரு பொய் சொல்ல தெரில. நீ எல்லாம் எப்படிடா மீடியால வேலைக்குச் சேர்ந்த?' எனத் தன்னைத் தானே துப்பிக் கொண்டான் பாண்டி.

"என்ன தம்பி சுமதியைப் பாக்க வந்தியா?" என கிராமத்துக்காரர் கேட்டதும், இளநீர்க் குடுவையைத் தூக்கிப் போடுவதற்குப் போன பாண்டி 'டக்' கெனத் திரும்பிப் பார்த்து, " இல்லை அண்ணா" என்றான்.

"சும்மா சொல்லுப்பா. எல்லாம் தெரியும். நீ அவளப் பார்த்ததும், அவ உன்னப் பார்த்ததும், நீங்க ரெண்டு பேர் மாறி மாறிப் பார்த்துக்கிட்டதையும் நானும் பார்த்துக்கிட்டே தான் இருந்தேன். வேன்ல இருந்து ஒரு பேப்பர் உருண்டை போட்டத நான் பார்த்தேன். அந்தப் பேப்பரைப் பார்த்ததும் சுமதி எடுத்ததையும் நான் பார்த்தேன்."

வானத்தைப் பார்த்து, "ச்சே, இன்னிக்கு வெயில் ஓவரா இருக்குல? அண்ணா இளநீ குடிக்கிறீங்களா?" என வெகுளித்தனமான சிரிப்புடன் கேட்டான் பாண்டி.

பெருமூச்சை இழுத்து விட்டுவிட்டு, "இவ்ளோ நேரம் பேசிட்டு இருக்கேன். ஒரு டீ குடிக்கிறியான்னு கேட்கத் தோணல? சுமதி பெயரைச் சொன்னதும் இளநீர்..." எனச் சிரித்துக் கொண்டே, "இதிலிருந்து தெரில நீ சுமதியத் தேடி தான் வந்துருக்கன்னு" எனச் சொன்னார் அந்தக் கிராமத்தார்.

கடைக்காரரை ஒரு இளநி வெட்டி கொடுக்கச் சொன்னான் பாண்டி. கடைக்காரர் வெட்டிக் கொடுத்ததும் ஒரே மூச்சில் உறிந்து குடித்துவிட்டு குடுவையில் இருக்கும் வழுக்கையைக் கடைக்காரரிடம் எடுத்துத் தரச் சொன்னார் கிராமத்தார். சுமதியைப் பற்றி விசாரிக்க தொண்டையைக் கனைத்துக் கொண்டு தயாரானான் பாண்டி.

"அண்ணா சுமதி எப்படி இருக்கா?"

"சுமதிக்கும், அவ அப்பாக்கும் ஏதோ பிரச்சனை போல. சுமதி கோச்சிக்கிட்டு எங்கயோ போய்ட்டா. சுமதியைத் தேடிகிட்டு அவ அப்பா போனார். போனவரைப் பொணமாதான் ஊருக்குத் தூக்கிட்டு வந்தாங்க. சுமதிக்கு எப்படியோ விஷயம் தெரிஞ்சி அவ வந்தா. ஆனா அவ வர்றதுக்குள் அவ அப்பாவை அடக்கம் பண்ணிட்டாங்க" என கிராமத்தார் சொல்லி முடிக்கும் போது அவர் கண்களில் ஈரம் தெரிந்தது.

"சுமதி வருவது தெரியாதா உங்களுக்கு?" எனக் கலங்கிய கண்களை கைக்குட்டையில் துடைத்துக்கொண்டு கேட்டான் பாண்டி.

"தெரியும். யாரோ ஃபோன் பண்ணிச் சொன்னாங்க, சுமதி வந்துகிட்டு இருக்கான்னு."

"அப்பறம் எப்படி சுமதி வர்றதுக்கு முன்னாடியே அடக்கம் பண்ணீங்க?" என மனக் குமுறலுடன் கேட்டான் பாண்டி.

"என்ன தம்பி பண்றது? மனசு வலிக்கத்தான் செய்தது. கோவில் காப்பு அது இதுன்னு சொல்லி சுமதி வற்றதுக்குள்ள எடுத்துட்டாங்க. அதை விடுங்க முடிஞ்சி போன விஷயம்."

"அப்போ ஊருக்குள்ள போறது வேஸ்ட்டா?"

"அவங்க வீட்ல டேவிட்ன்னு ஒருத்தர் இருக்காரு. அவருக்கு சுமதியைப் பத்தித் தெரியும்னு நெனைக்கிறேன். ஆனா அவரும் இப்போதான் சென்னை பஸ்ல போறாரு."

"ஓகே. என்னோட ஃபோன் நம்பர் நோட் பண்ணிக்கிங்க அண்ணா. சுமதியைப் பத்தி எதாவது தெரிஞ்சா எனக்குச் சொல்லுங்க."

"எங்கிட்ட ஃபோன்லாம் இல்ல தம்பி. பேப்பர்ல எழுதிக் கொடுங்க."

தன் பர்ஸில் இருந்து ஒரு விசிட்டிங் கார்டை எடுத்து, அதன் பின் பகுதியில் தனது கைபேசி எண்ணை எழுதிக் கொடுத்தான் பாண்டி. அதை வாங்கி சட்டைப்பையில் வைத்துக் கொண்டு, "போய்ட்டு வரேன் தம்பி" எனச் சொல்லிவிட்டு நடந்தார் அந்த கிராமத்தார். பாண்டியும் தன் இரு சக்கர வாகனத்தைச் சென்னையை நோக்கிக் கிளப்பினான். ஒரு மணிநேரப் பயணத்தில் ஒரு தேநீர்க்கடையில் நிறுத்தினான். 'டீக்கு டோக்கன் வாங்கணும்' என கடைக்கு வருபவர்கள் கண்களில் படும் அளவுக்கு ஒரு பதாகையில் எழுதித் தொங்க விட்டிருந்தார்கள். டோக்கன் வாங்கி தேநீர் போடும் இடத்தில் கொடுத்துவிட்டு, தேநீர் வரும்வரை தன் கைபேசியில் வாட்ஸ்

அப்பினைப் பார்த்துக் கொண்டிருந்தான். 'இன்னிக்கு சாயுங்காலம் அஞ்சு மணிக்கு. தாம்பரம் காந்தி காய்கறி மார்க்கெட்ல ஒருவரைப் பேட்டி எடுக்கணும்; சீக்கிரம் ஆபீஸ் வா' என பாண்டி வேலை செய்யும் இடத்தில் இருந்து செய்தி வந்திருந்தது. 'ஓகே' என பதில் அனுப்பிவிட்டு, 'சார் டீ எடுங்க' என குரல் வந்த திசையில் பார்த்தான். டீ மாஸ்டரின் கைவண்ணத்தால் கண்ணாடிக் குவளைச் சுழன்று கொண்டிருந்தது. பாண்டியின் கண்களுக்கு சுமதி சுழல்வதுபோல் தெரிந்ததால் சுழல்வதை ரசித்துக் கொண்டு இருந்தான் பாண்டி. சுழல்வது நின்றதும் தேநீர் கோப்பையைக் கையில் எடுத்துக் கொண்டு தன் வண்டியின் அருகில் வந்தான். அவன் நினைவுகள் முழுவதும் சுமதியின் பிம்பமாகத் தெரிந்தது. வாங்கிய தேநீரைக் குடிக்காமல் கீழே ஊற்றினான்.

"எக்ஸ்க்யூஸ்மீ சார். நான் வந்த பஸ் பிரேக் டவுன். ரொம்ப நேரமா வேற பஸ் வருது வருதுன்னு சொல்றாங்க. பஸ் வந்த மாதிரி தெரியல. நீங்க சென்னைக்குப் போற மாதிரி இருந்தா நானும் வரலாமா? பெருங்களத்தூரில் இறக்கி விட்டுடுங்க போதும்" என பாண்டியிடம் கேட்டார் டேவிட்.

'உட்காருங்கள்' எனச் சொல்வதுபோல் தலை அசைத்தான் பாண்டி. டேவிட் உட்கார்ந்ததும், ஆளுக்கு ஏற்ற பைக்கும், பைக்கிற்கு ஏற்ற வேகமும் எனக் காற்றோடு காற்றாய்க் கலந்தது. அந்த வேகத்திலும் சாந்திக்கு ஃபோன் பண்ணி, "நான் இன்னும் ஒரு மணிநேரத்துல பெருங்களத்தூர் வர்றேன். நீங்க வரமுடியுமா? சுமதியைக் கூட்டிக்கிட்டு வரவேணாம். அவங்க என் மேல கோவத்துல இருப்பாங்க. நீங்க மட்டும் வாங்க" எனச் சொன்னார் டேவிட்.

"இரும்புலியூரில் இருந்து செங்கல்பட்டு போகும் வழில பெருங்களத்தூரில் இருக்கும் முதல் டீக்கடையில் நிக்கிறேன் சார். நீங்க பாத்து வாங்க" எனச் சொல்லிவிட்டு பெருங்களத்தூர் கிளம்பத் தயாரானாள் சாந்தி.

செல்வியும் சுமதியும் வரும் சத்தம் கேட்டது.

"என்னடி வேலைக்குப் போகலையா?" என செல்வியைக் கேட்டாள் சாந்தி.

"இல்லக்கா. அந்த மண்டை ஓடு மகாலிங்கம் வேற வேலை வாங்கித் தர்றானாம். யாருக்கோ ஃபோன் பண்ணி பண்ணிப் பார்த்தான். அவங்க எடுக்கல. 'நீங்க போங்க நான் சாந்திகிட்ட பேசிக்கிறேன்'னு சொன்னான். நாங்க வந்துட்டோம். நீ எங்க அக்கா கிளம்புற?"

"கொஞ்சம் குடிக்க தண்ணி கொண்டுவா" எனச் சொன்னாள் சாந்தி. சமையல் அறைக்குப் போனாள் சுமதி.

"டேவிட் சார் வர்றாரு. அவரைப் பாக்கப் போறேன்" என்றாள் சாந்தி.

"நானும் வர்றேன்க்கா " என்றாள் செல்வி.

தண்ணீர் கொண்டுவந்த சுமதி, சாந்தியும் செல்வியும் எங்கே போகிறார்கள் என்று தெரியாமலே, "நானும் வரேன்" என்றாள்.

"இப்போ தான் வெயில்ல இருந்து வந்த! திருப்பி வெயில்ல வந்தா கருத்துருவ. அப்பறம் மகாலிங்கம் உனக்குப் பாக்குற வேலை வீணாப் போகும்" எனச் சொல்லிச் சிரித்தாள் செல்வி.

'பளிச்'சென்று இருந்த சுமதியின் முகம் சுருங்கியது.

"ஏய் சும்மா சொன்னேன்டி. நீ இல்லாமையா? வா வா."

"செல்வி, சங்கர் அண்ணனுக்கு ஃபோன் பண்ணி ஆட்டோ கொண்டுவரச் சொல்லு" எனச் சொன்னாள் சாந்தி.

"ஆட்டோ வந்து வெயிட்டீங்ல இருக்கு. நீங்க சொல்றதுக்கு முன்னாடியே ஃபோன் பண்ணிட்டேன் நான்" எனப் பல் தெரியும்படி சொன்னாள் செல்வி.

"நான்தான் ரொம்ப ஸ்லோ" எனச் சொல்லிக் கொண்டே ஆட்டோவில் ஏறினாள் சாந்தி. அவளைத் தொடர்ந்து சுமதியும் செல்வியும் ஏறினர்.

"அண்ணா, பெருங்களத்தூர்ல நம்ம டீ குடிக்கும் கடைக்குப் போங்க" என்றதும், சங்கர் தலை ஆட்டிவிட்டு ஆட்டோவைச் செலுத்தினான்.

○

7

பெருங்களத்தூரில் வண்டியை ஓரமாக நிறுத்திவிட்டு, "சார் இங்க இறங்குறீங்களா? அந்த முனையில் விடவா?" எனக் கேட்டான் பாண்டி.

"தம்பி இந்தப்பக்கம் டீக்கடை எதுவுமில்ல. அந்த ஏரி கிட்ட சிக்னல் இருக்குல்ல, அங்க யூடர்ன் பண்ணா, அங்க ஒரு டீக்கடை இருக்கு. அங்க தெரிஞ்சவங்க நிக்கிறாங்க. நீங்களும் வந்து ஒரு டீ குடிச்சுட்டுப் போனீங்கன்னா என் மனசுக்கு சந்தோசமா இருக்கும்" என அன்பாகக் கேட்டார் டேவிட்.

டேவிட் கேட்ட விதம் பாண்டியால் மறுக்கமுடியவில்லை. வண்டியை டேவிட் சொன்னமாதிரி தேநீர்க்கடைக்கு விட்டான் பாண்டி. யூடர்ன் பண்ணும் போது சிக்னலையும் பொருட்படுத்தாமல் ஆட்டோ ஒன்று இவர்களை முந்திச் சென்றது. ஆட்டோ பின்னாடி பாண்டியின் பைக் சென்றது. தேநீர்க்கடை நெருங்கவும் ஆட்டோ நின்றது. பாண்டியும் பைக்கை நிறுத்தினான். பிரேக் பிடித்தும் மணல் இருந்ததால் பைக் நிற்காமல் ஆட்டோ மீது லேசாக முட்டியது.

"எவன்டா அவன்?" எனக் குரல் கொடுத்துக் கொண்டே இறங்கினான் சங்கர். ஆட்டோவில் இருந்து இறங்கிய சாந்தியைப் பார்த்து டேவிட் சிரித்தார். பைக் முட்டிய இடத்தில் ஆட்டோவில் கீறல் ஏதாவது விழுந்திருக்கா எனத் தேடிக் கொண்டிருந்தான் சங்கர்.

ஆட்டோவில் இருந்து இறங்குவதற்காக ஒரு காலை தரையில் வைத்தாள் சுமதி. அவள் இறங்க முற்படுவதை உணர்ந்து கொண்ட சாந்தி, "அண்ணா நீங்க வண்டியை எடுங்க. வண்டலூர் ஜூ போங்க நான் ஒரு அரை மணிநேரத்துல அங்க வரேன்" என ஆட்டோவை சீக்கிரம் எடுக்கச் சொல்லிச் சைகை காட்டினாள் சாந்தி.

சங்கர் நிலைமையைப் புரிந்துகொண்டு விரைந்து கிளம்பினான்.

"அக்கா எதுக்கு நம்மள இறங்கவிடல?" எனக் கேட்டாள் சுமதி.

"காரணம் இல்லாமல் அக்கா எதுவும் செய்யாது" எனச் சொன்னாள் செல்வி.

ஆட்டோ நிதானமான வேகத்தில் போவதைப் பார்த்துக் கொண்டிருந்தாள் சாந்தி.

"சாரி அக்கா. மண் ஸ்லிப் ஆயிருச்சு" எனப் பாண்டி சொன்னதும், பார்வையைப் பாண்டி பக்கம் திருப்பினாள் சாந்தி.

"பரவால்ல சார். அதை விடுங்க உங்களுக்கு டீயா? காபியா? "

"டீ."

"டேவிட் சார் உங்களுக்கு?"

"எனக்கும் டீ தான் "

"அண்ணா மூணு டீ" எனத் தன் மூன்று விரல்களைக் காட்டினாள் டீ மாஸ்டரிடம்.

டேவிட்டைப் பார்த்து, "தம்பி யாரு சார்? உங்ககிட்ட வேலை பாக்குறாரா?" என பாண்டியைப் பார்த்துக் கொண்டே கேட்டாள் சாந்தி.

தேநீர் வந்ததும் குடித்துக் கொண்டே பாண்டியும் டேவிட்டும் அறிமுகம் ஆனதைச் சொல்லி முடித்தார் டேவிட்.

"ஓகே சார். நான் கிளம்புறேன்" என பாண்டி சொல்லவும், "தம்பி வாங்க ஒரு செல்ஃபி எடுத்துக்கலாம்" எனக் கூப்பிட்டாள் சாந்தி.

சாந்தி, டேவிட், பாண்டி மூவரும் சேர்ந்து செல்ஃபி எடுத்துக் கொண்டார்கள்.

"தம்பி உங்க நம்பர் கொடுத்துட்டுப் போங்க" எனக் கேட்டாள் சாந்தி.

'நம்பர் எதுக்குக் கேக்குறாங்க? ஆட்டோவை இடிச்சி இருக்கோம். ஒருவேளை நாளைக்கு ஃபோன் பண்ணி ரூபா ஏதாவதுக் கேட்டாங்கன்னா என்ன பண்றது?' என மனதில் நினைத்துக் கொண்ட பாண்டி, "உங்க நம்பர் கொடுங்கக்கா. நான் சேவ் பண்ணிக்கிறேன்" எனச் சொன்னான்.

மொபைல் எண்ணைச் சொன்னாள் சாந்தி. அரையும் குறையுமாக காதில் வாங்கி சேவ் பண்ணுவது போல் பாவ்லா செய்துவிட்டு, "போய்ட்டு வரேன்" எனச் சொல்லிவிட்டுக் கிளம்பினான் பாண்டி.

“அப்புறம் சார்... நீங்க எப்படி இருக்கீங்க?”

“எனக்கு என்ன குறைச்சல்? நல்லா இருக்கேன். சுமதி எப்படி இருக்காங்க? ஆட்டோல இருந்தாங்க. நான் பார்த்தேன். நல்லவேளை அவங்க என்னைப் பாக்கல. பார்த்து இருந்தா ஏதாவது கோவமா பேசியிருப்பாங்க. அவங்க அப்பாவைப் பத்திப் பேசுறாங்களா?”

“இல்ல. அதுலாம் ஒன்னும் பேசல சார். இன்னிக்கு வேலைக்குப் போலாம்ன்னு போனா. வேலை கிடைக்கல . இன்னும் ரெண்டு நாள்ல சொல்றேன்னு சொன்னாங்களாம்.”

“சரி, நான் வேலைக்கு ஏற்பாடு பண்றேன், நான் தான் வேலை வாங்கி தந்தேன்னு சொல்லாதீங்க, நான் ரெண்டு நாள் சென்னையில் தான் இருப்பேன், எங்கள் நாட்டில் இருந்து வந்தவங்க எல்லீஸ் ரோட்டில் இருக்காங்க. அவங்க ஊருக்குப் போறாங்க. அவங்க போறவரைக்கும் இங்க தான் இருப்பேன்” என டேவிட் சொல்லிக் கொண்டிருக்கும்போது,

“என்ன இன்னிக்கு வெளிநாடு மாட்டிகிச்சிப் போல! அவங்க நாட்ல இந்த மாதிரி நாட்டுக்கட்டை எல்லாம் இருக்காது. நீயும் இன்னிக்கு நரி முகத்தில் முழிச்சி இருக்கப் போலிருக்கு. இன்னிக்கு டாலர் தான். எப்பவும் நைட்டு தான் வருவே! இன்னிக்குப் பகல்ல வந்திருக்க?” என சாந்தியைப் பார்த்து ஒருவன் கேட்டான். சாந்தியின் கண்கள் சிவந்தன. அவனை ஒரு பார்வை பார்த்தாள். அவன் தலையைக் கவிழ்த்துக் கொண்டு அங்கிருந்து நகர்ந்தான். சாந்தி எந்தமாதிரி பெண் என யூகித்துக் கொண்டார் டேவிட். சாந்தியின் முகத்தில் சிறிய வாட்டம் தெரிந்தது. தலை குனிந்து பேசாமல் நின்றிருந்தாள்.

“ஓகே சாந்தி. இங்க பாருங்க நான் சாந்தின்னு கூப்பிடலாமா ?” என டேவிட் கேட்டதும் தலையை நிமிர்ந்து பார்த்தாள் சாந்தி.

“நீங்க இப்போ பேசுற நிலையில் இல்ல. நான் கிளம்புறேன். இந்த ரூபாவைச் செலவுக்கு வச்சுக்குங்க. சுமதிக்குத் தெரியவேணாம், தெரிஞ்சா, ‘எதுக்கு வாங்குனீங்க?’ன்னு சண்டை போடுவா” என பணத்தை நீட்டினார் டேவிட்.

“சார் ரூபாலாம் வேண்டாம். நீங்க போங்க. நான் பாத்துக்குறேன். ஊருக்குப் போகும் போது கால் பண்ணுங்க சார்” என்று சொல்லிவிட்டு ஷேர் ஆட்டோவில் வண்டலூர் ஜூவிற்குக் கிளம்பினாள் சாந்தி.

ஆட்டோவில் செல்வி, சுமதி, சங்கர் மூவரும் பேசிக் கொண்டிருந்தார்கள். ‘ஜூக்குப் போலாமா?’ என செல்வியிடம்

கேட்டுக் கொண்டிருந்தாள் சுமதி. 'அக்கா வந்ததும் போலாம்' எனச் சொன்னாள் செல்வி.

சாந்தி வந்ததும், "அக்கா ஜூக்குப் போகணுமாம். அவ இதையெல்லாம் பார்த்தது இல்லையாம். போலாமா அக்கா?" எனக் கேட்டாள் செல்வி.

சுமதி ஆசைப்பட்டுக் கேட்டதால் நால்வரும் அறிஞர் அண்ணா உயிரியல் பூங்காவிற்குள் நுழைந்தார்கள். செல்வியும் சுமதியும் ஆர்வத்துடன் ஓடி ஓடிப் போய் மிருகங்களைப் பார்த்தார்கள். அந்த ஆர்வம் ஒரு மணிநேரம் கூட நிலைக்கவில்லை. 'கால் வலிக்குது' எனப் புலம்பினாள் சுமதி. டேவிட் முன்னாடி, அவன் பேசியது இன்னமும் சாந்திக்கு ஊசியால் குத்துவது போல் இருந்ததால், அவள் மௌனமாகவே இருந்தாள். பூங்காவைப் பாதிதான் சுற்றிப் பார்த்து இருப்பார்கள். 'நேரமாச்சி. வீட்டுக்குப் போலாமா?' எனச் சாந்தி கேட்டாள். அனைவரும் உடனே தலையசைத்தார்கள். பூங்காவில் இருந்து வெளியே வந்து ஆட்டோவில் ஏறினார்கள். மிதமான வேகத்தில் ஆட்டோவை ஓட்டினான் சங்கர். சங்கரின் மொபைல் சத்தமிட்டது. சங்கரின் மனைவி தேவியிடமிருந்து அழைப்பு வந்தது.

"ஹலோ! என்ன?"

"எங்க இருக்கீங்க?"

"சவாரி. வண்டலூர்ல இருக்கேன். எதுக்கு ஃபோன் பன்ன?"

"நான் குரோம்பேட்டை வரைக்கும் வந்தேன். நீங்க இங்க எங்கயாவது இருந்தீங்கன்னா ஆட்டோல வீட்டுக்குக் கூட்டிட்டுப் போவீங்கன்னு பார்த்தேன். அதுக்குத்தான்..." என கணவன் மனைவிக்கான கெஞ்சலும் கொஞ்சலுமாகக் கேட்டாள்.

"எத்தனை வாட்டி சொல்லிருக்கேன்- பொறுமையா பேசுன்னு! இந்த ஃபோன் ஊருக்கே டமாரம் அடிக்கும்ன்னு தெரியாதா உனக்கு? எனக்கு வேலை இருக்கு. நீ வேற ஆட்டோ புடிச்சிப் போ" என இணைப்பைத் துண்டித்தான் சங்கர்.

"அண்ணா! எங்கள தாம்பரத்தில் இறக்கிவிட்டுட்டு நீங்க தேவி அக்காவ கூட்டிக்கிட்டு வீட்டுக்குப் போங்க. இதை நீங்க சின்ன விஷயமா நினைக்கிறீங்க. இந்த மாதிரி சின்னச் சின்ன விஷயம் தான் பொண்ணுங்களுக்குப் பெரிய சந்தோசத்த தரும். நீங்க அக்காவுக்கு ஃபோன் பண்ணி வரேன்னு சொல்லுங்க" எனச் சொன்னாள் சாந்தி.

தன் மனைவிக்கு ஃபோன் செய்து, "நான் வரவரைக்கும் நீ அங்கேயே இரு" எனச் சொல்லிவிட்டு ஆட்டோவின் வேகத்தை அதிகப்படுத்தினார். தாம்பரத்தில் மூவரையும் இறக்கி விட்டுவிட்டு, 'சிட்'டெனப் பறந்தான் சங்கர். மூவரும் நடைபாதையில் இருக்கும் கடைகளைப் பார்த்துக் கொண்டும், பேசிக் கொண்டும் நடந்தார்கள். சாலையோரத்தில் இருக்கும் பூக்கடை ஒன்றில் கனகாம்பரம் பூவை அடர்த்தியாகக் கட்டி அழகாகச் சுற்றி வைத்திருந்ததைப் பார்த்து, "அக்கா எனக்குப் பூ வேனும்" எனக் கேட்டாள் சுமதி சாந்தியிடம். ஆறு முழம் பூ வாங்கி ஆளுக்கு இரண்டு முழம் எனப் பிரித்துக் கொண்டு, சாந்தியும் செல்வியும் தானாகவே பூ வைத்துக் கொண்டார்கள். பின், சுமதி தலையில் பூ வைத்துவிட்டு கூந்தலை சரி செய்து கொண்டிருந்தாள் சாந்தி.

பூக்கடையில் நின்றிருந்தவர்களைப் பார்த்து, "அக்கா.. அக்கா.. சுமதி.. சுமதி.." என வேனில் இருந்து குரல் கொடுத்தான் பாண்டி. மாலை வேளை என்பதால் வாகனங்களின் இரைச்சல் அதிகமாக இருந்ததால் பாண்டியின் குரல் சாந்திக்கும் சுமதிக்கும் கேட்கவில்லை.

"அண்ணா வண்டியை ஓரமா நிறுத்துங்க கொஞ்சம்" என்றான் பாண்டி.

"தம்பி இங்க நிறுத்த முடியாது. இது பஸ் ஸ்டாப். ட்ராஃபிக் போலீஸ் வண்டி வேற நிக்குது."

"அண்ணா நம்ம வண்டில நியூஸ் சேனல்ன்னு இருக்கு. போலீஸ் ஒன்னும் பண்ணாது. நீங்க ஓரமா நிறுத்துங்க" எனச் சொன்னான் பாண்டி.

"தம்பி எப்படியும் நாம அந்தப் பக்கம்தான் போகணும். கொஞ்சம் பொறுங்க. ரெண்டு நிமிஷம் தான். யூடர்ன் பண்ணிடலாம். ஃபோன் பண்ணி அவங்களை அங்கேயே வெய்ட் பண்ணச் சொல்லுங்க" எனச் சொன்னார் வேன் ஓட்டுநர்.

'மதியம் நம்பர் கொடுத்தாங்க. ஒழுங்கா வாங்கி சேவ் பண்ணியிருந்திருக்கலாம். எல்லாத்தையும் கோட்டை விட்டுட்டு.. முட்டாள்! முட்டாள்!' என தலையில் அடித்துக் கொண்டு தன்னைத் தானே மனதுக்குள் திட்டிக் கொண்டான். வேனை யூடர்ன் பண்ணி தாம்பரம் பாலத்திற்குக் கீழ் ஓரமாக நிறுத்தினார் வேன் ஓட்டுநர்.

வண்டியை விட்டு இறங்கியதும், "அண்ணா நீங்க போய்ட்டு பேட்டி எடுக்க ஏற்பாடு பண்ணுங்க; நான் ஒரு அஞ்சு நிமிஷத்துல

வந்துடுறேன்" எனச் சொல்லிவிட்டு சுமதியைப் பார்த்த இடத்தை நோக்கி ஓடினான். பூக்கடையில் அவர்கள் இல்லை. பேருந்து நிறுத்தம் நடைப்பாதை கடைகள், கோவில், சர்ச் என தாம்பரம் மார்க்கெட் பகுதி முழுவதும் தேடிப் பார்த்தான். அப்போது பாண்டியின் மொபைல் சத்தமிட்டது.

"ஹலோ... மணியாவது சீக்கிரம் வா தம்பி. கேமரா மேன், லைட் மேன் வேலையெல்லாம் முடிஞ்சு வெய்ட் பண்றாங்க. ஏற்கெனவே நீ அலட்சியமா இருக்கன்னு ஒரு பேர் இருக்கு. பாத்துக்கோ..." எனச் சொல்லிவிட்டு அழைப்பைத் துண்டித்தார்.

மொபைல் கட் ஆனது கூடத் தெரியாமல், "அண்ணா ஒரு நிமிஷத்துல வர்றேன்" எனச் சொல்லிக் கொண்டே மொபைலை பாக்கெட்டில் திணித்துவிட்டு, "அக்கா இங்க இப்போ மூணு பேர் கனகாம்பரம் பூ வாங்கினாங்க இல்ல, அவங்க எந்தப் பக்கம் போனாங்க தெரியுமா?" என பூ விற்கும் பெண்ணிடம் கேட்டான் பாண்டி.

"பாக்கல தம்பி. ஆனா நைட்ல அவுங்கள அந்த சர்ச் பக்கத்துல இருக்கும் டீக்கடையில் பாத்திருக்கேன். அங்க போய்ப் பாரு" எனச் சொன்னதும் தேநீர்க்கடையை நோக்கி ஓடினான் பாண்டி. அங்கேயும் இல்லை.

மீண்டும் மொபைல் ஒலி எழுப்பியது. மொபைலை எடுத்துப் பார்த்தான் பாண்டி. ஓட்டுநரிடமிருந்து தான் அழைப்பு. "ஹலோ அண்ணா அங்கதான் வரேன்" எனச் சொல்லிவிட்டு ஓட்டமாக ஓடினான் பாண்டி.

8

ரயில் டிக்கெட் வாங்கிக் கொண்டு சாந்தி, சுமதி, செல்வி மூவரும் லோக்கல் ரயிலுக்காகக் காத்திருந்தனர்.

"அங்க பாரு மூணு தலையிலும் கனகாம்பரம் பூ எப்படி பூத்துக் குலுங்குதுன்னு. இங்கருந்து பாக்கும்போதே சூடு ஏறுதுடா. வா இன்னிக்கு நம்ம மூணு, அங்க மூணு. மூணுக்கு மூணு" எனச் சொல்லிக் கொண்டு அரை போதையில் சாந்தியைப் பார்த்துக் கொண்டு நடந்தான்.

"வேணான்டா ரயில்வே ட்ராக் ஓரமா அதுக்குன்னு இருக்காங்க. அங்க போலாம்" என அவனை இன்னொருவன் கையைப் பிடித்து இழுத்துச் சொன்னான்.

"அப்பவே சொன்னேன். இவன கூட்டிகிட்டு வராதன்னு" எனச் சொன்னான் இன்னொருவன்.

"சரி சரி, ஒன்னும் பண்ண வேணாம். போய் மூஞ்ச மட்டும் பாத்துட்டு வரலாம் வாங்க" எனச் சொன்னதும், அரை போதையில் இருந்த மூவரும் கனகாம்பரம் பூ இருக்கும் தலை அருகில் வந்தார்கள். சுமதியின் தலையில் இருக்கும் பூவை ஒரு குடிகாரன் சத்தம் வரும் அளவுக்குக் கண்ணை மூடிக்கொண்டு முகர்ந்தான். மூச்சு இழுக்கும் சத்தம் வருது எனச் சட்டெனத் திரும்பிய சுமதிக்கு தன் முகத்தோடு முகம் உரசும் அளவுக்கு அருகில் ஒரு முகத்தைப் பார்த்து திக்கெனப் பயந்து அலறினாள். சுதாரித்துக் கொண்ட சாந்தி தன் பக்கம் இழுத்துக் கொண்டாள் சுமதியை. முகம் எல்லாம் வியர்த்து பேயைப் பார்த்தது போல் மிரண்டு நின்றாள் சுமதி.

சுமதியால் மறக்க முடியாத முகம் அது. அவள் சென்னைக்கு வந்த அன்று அந்தக் காம அரக்கனின் முகத்தில் இருந்த காம வெறி அவளால் அவ்வளவு எளிதில் மறக்க முடியுமா என்ன? அதே முகத்தை

மீண்டும் பார்த்ததால் பயத்தால் நடுங்கினாள். சுமதியின் கைகளை இறுக்கமாகப் பிடித்தார்கள். அந்தப் பிடி, 'நாங்கள் இருக்கிறோம் பயப்படாத!' என சாந்தியும் செல்வியும் சொல்வது போல் இருந்தது.

அரை போதையில் இருந்த அந்தக் காமப் பிசாசு, பூவின் வாசத்தாலும் பெண் வாடையாலும் தன்னை மறந்து கண்களை மூடி அசைந்து கொண்டிருந்தவன் தன் கண்களை மெதுவாகத் திறந்தான். கண்ணைத் திறந்தவன் எதிரில் சுமதி நின்றிருந்தாள். அவளைப் பார்த்ததும் இன்னும் போதை தலைக்கு ஏறி கண்களை அகலமாகத் திறந்தான்.

"ஹாஹாஹா அன்னிக்கு தப்பிச்சிட்ட. இன்னிக்கு?" என வலது கையாலும் இடது கையாலும் அப்படியும் இப்படியும் இடுப்பைப் பிடிப்பதுபோல் பாவலா செய்துகொண்டு வாயைத் திறந்து சிரித்தான். அவன் கை விரல்கள் படாமல் பார்த்துக் கொண்டாள் சுமதி.

"டேய் விடுடா. எல்லாம் பாக்குறாங்க. இங்க வேணாம். இன்னும் கொஞ்ச நேரத்துல இருட்டிடும். ரயில்வே ட்ராக் ஓரமா நிப்பா. அப்போ பணம் கொடுத்தா வரப் போறா" என ஒருவன் சொன்னதும், "டேய்... நாயே யாரப் பார்த்து என்ன சொல்ற? செருப்புப் பிஞ்சுரும்" எனக் கத்தினாள் சுமதி.

"ஏய் அடிங்கோத்தா என்ன? பெரிய பத்தினியாட்டம் பேசுற? நானே அவகிட்ட பணம் கொடுத்து பல வாட்டி போயிருக்கேன். நீ எதுக்கு ரொம்ப துள்ளுற? ஏய் சாந்தி வாயில என்ன கொழக்கட்டயா வெச்சிருக்க? என்னைத் தெரியல உனக்கு?" எனக் கேட்டான்.

அவன் பேசியதைக் கேட்டதும் சுமதி கையை விட்டாள் சாந்தி. செல்வியின் கைப்பிடியில் இருந்து வெடுக்கென உருவிக் கொண்டாள் சுமதி. ரயிலுக்காகக் காத்திருந்தவர்கள் எல்லாம் வேடிக்கை பார்க்கக் கூடிவிட்டார்கள்.

"டேய் உங்கிட்ட பணம் வாங்கிட்டுப் படுத்தா என்ன வேணாலும் பேசுவியா? ஆமான்டா நான் தேவிடியா தான். அதுக்காக எங்க வேணாலும் கையைப் பிடிச்சி இழுப்பியா?" என ஆவேசமாகக் கத்தினாள் சாந்தி.

"ஏய்... என்ன ஓவரா சீன் போடுற?" எனக் கேட்டுக் கொண்டே சாந்தியை ஒரு அறை விட்டான். மீண்டும் அடிக்க கையை ஓங்கினான். அவனைப் பிடித்துத் தள்ளிவிட்டாள் செல்வி. அவன் போதையில் இருந்ததால் கால்கள் இடறி தொபால் எனக் கீழ விழுந்து விட்டான். இன்னொருவன் இடுப்பில் சொருகி வைத்திருந்த கத்தியை உருவி

செல்வி வயிற்றில் குத்தப் போனான். அங்கு சலசலப்பும், கைக்கலப்பும் ஏற்படவே வேடிக்கை பார்க்கும் கூட்டம் அதிகமானது. கூட்டத்தைப் பார்த்து ரயில்வே போலீஸ் அங்கு ஓடிவந்தது. போலீசைப் பார்த்ததும் போதை ஆசாமிகள் ஓட முயன்றார்கள். ரயில்வே போலீஸ் அவர்களைச் சுற்றி வளைத்தது. அவர்கள் சட்டையைக் கழட்டி கையை பின் பக்கமாக வைத்து சட்டையை கயிறு போல் உருட்டி கையைக் கட்டினார்கள்.

“என்னமா என்னாச்சு? எதுக்கு சண்டை?” என அரைகுறைத் தமிழில் செல்வியைப் பார்த்து கேட்டார் ஒரு போலீஸ்காரர்.

“நாங்க உட்கார்ந்து இருந்தோம். அவங்க தான் குடிச்சிட்டு தேவையில்லாம சண்டை போடுறாங்க” என அழுது கொண்டே சொன்னாள் செல்வி.

“ஓகே. வந்து ஒரு கம்ப்ளெயின்ட் எழுதிக் கொடுங்க” என ஆறு பேரையும் ரயில்வே போலீஸ் நிலையம் அழைத்துக் கொண்டு போனார்கள் காவலர்கள்.

“அவங்க சொல்றத எழுதி வாங்கிட்டு, அட்ரஸ் வாங்கின்னு அனுப்பிடுங்க. லேடிஸை சீக்கிரம் அனுப்புங்க. இவனுங்களை நான் வந்து விசாரிக்கிறேன்” எனச் சொல்லிவிட்டு இன்ஸ்பெக்டர் வெளியே போனார்.

அவங்க மேல் வழக்கு வராத மாதிரி சாதாரண சண்டை தான் எனச் சொன்னாள் சாந்தி. சொன்னதை எல்லாம் கம்ப்ளெயின்ட்டாக எழுதிக் கொண்டார் காவலர்.

“அட்ரஸ் சொல்லு.”

“சிட்லபாக்கம் வரதராஜ தியேட்டர் பக்கத்துல தான் சார் வீடு” என சாந்தி சொன்னதும், எழுதிக் கொண்டே சாந்தியை ஏறிட்டுப் பார்த்து “தியேட்டர் பக்கத்துலன்னா? அட்ரஸ் இல்லையா?” எனக் காவலர் கேட்டார்.

“இருக்கு சார். எனக்குத் தெரியல. நாளைக்கு எழுதிக் கொண்டு வந்து தரேன் சார் “ எனச் சொன்னாள் சாந்தி.

“நீ போ அந்தப் பொண்ண வரச் சொல்லு.”

“சார் நாங்க எல்லாம் ஒரே வீட்ல தான் இருக்கோம்” என்று சொன்னாள் சாந்தி.

“எங்க வேலை பாக்குறீங்க?” எனக் கேட்டார்.

"செல்ஃப் எம்ப்ளாயீன்னு எழுதுங்க" எனக் குரல் வந்ததும், திரும்பிப் பார்த்தாள் சாந்தி.

"என்ன பாக்குற? தாம்பரம் டு செங்கல்பட்டு ட்ரெயின்ல எனக்கு தினமும் டூட்டி. ட்ரெயின் தாம்பரம் தாண்டியதும் ட்ராக் ஓரமா நாலஞ்சு பேர் நிப்பாங்க. அதுல உன்னையும் நிறைய வாட்டிப் பார்த்திருக்கேன்" எனச் சொல்லிக் கொண்டு ஒரு காவலர் தன் இடுப்பில் இருக்கும் பெல்ட்டை சரி செய்துகொண்டே வெளியே போனார்.

"மூணு பேரும் கையெழுத்து போட்டுட்டுப் போங்க. கையெழுத்து போடும்போது ஃபோன் நம்பரும் டைமும் சேர்த்துப் போடுங்க. கேஸ் விஷயமா ஃபோன் பண்ணா மூணு பேரும் வரணும். நீங்க நேரா வீட்டுக்குப் போகாம எங்கயாவது போய்ட்டு உங்களுக்கு ஏதாவது ஆச்சுன்னா அப்பறம் எங்க தல தான் உருளும்" என்றார் காவலர்.

ட்ரெயின் ஏறி மூவரும் வீட்டிற்கு வந்தார்கள். வீட்டுக்கு வரும் வரைக்கும் ஒருவருக்கு ஒருவர் பேசிக் கொள்ளவில்லை. அதே வேளை வெளியே போன இன்ஸ்பெக்டர் வந்ததும் விசாரணையைத் தொடங்கினார்.

"டேய் இங்க வா. பேர் என்ன?" என இன்ஸ்பெக்டர் விசாரித்தார்.

"இடுக்கன் சார் " எனக் கொஞ்சம் திமிருடன் பதில் சொன்னான்.

சென்னைக்கு சுமதி வந்த நாளன்று அவளைத் தூக்கியவன் தான் இந்த இடுக்கன். அவனுடன் எப்பவும் இருப்பவன் வம்பன்.

"என்ன திமிரா பதில் வருது? நீ எங்க இருக்கன்னு தெரிதா? போலீஸ் ஸ்டேஷன்ல. அதுவும் ரயில்வேப் போலீஸ் ஸ்டேஷன்ல. நீ உங்க ஏரியால இருக்க லோக்கல் போலீஸ் ஸ்டேஷன்னு நெனச்சியா?" என வயிற்றில் ஒரு குத்து விட்டார் இன்ஸ்பெக்டர்.

வயிற்றைப் பிடித்துக் கொண்டு உட்கார்ந்தான் இடுக்கன். 'நீ வா' என வம்பனை கை அசைத்துக் கூப்பிட்டார் இன்ஸ்பெக்டர்.

"இடுப்புல என்ன?"

பதில் ஏதும் சொல்லாமல் கத்தியை எடுத்து டேபிள் மேல் வைத்தான் வம்பன். "கத்தி வெச்சிருந்தா பெரிய ரவுடியா நீ?" எனச் சொல்லிக் கொண்டே வம்பன் தலைமுடியைப் பிடித்திழுத்து, இன்ஸ்பெக்டர் தன் கையை மடக்கி முதுகில் நாலு குத்துவிட்டார். வம்பன் இன்ஸ்பெக்டர் காலுக்கு அடியில் விழுந்தான்.

இடுக்கனும் வம்பனும் அடி வாங்கியதைப் பார்த்து நடுங்கிக் கொண்டிருந்தான் பாலாஜி. இன்ஸ்பெக்டர் அவன் அருகில் வந்ததும்

கண்ணீர் தானாகத் தரையை நனைத்தது. இன்ஸ்பெக்டர் அவன் காதைப் பிடித்துத் தூக்கினார்.

"சார், சார், என்னை விட்டுங்க சார். அவங்க யாருன்னு எனக்குத் தெரியாது. சாயுங்காலம் பார்ல குடிக்கும் போதுதான் அவங்க எனக்குப் பழக்கம். இடுக்கன் தான் என்னைக் கூட்டிட்டு வந்தான். வம்பன் வேணான்னுதான் சொன்னான்" என ஒரே மூச்சில் சொல்லி விட்டான் பாலாஜி. கேட்காமல் எல்லாத்தையும் சொன்னதால் பாலாஜி அடியில் இருந்து தப்பினான்.

"ரயில்வே ஸ்டேஷன்ல எதுக்கு சண்டை போட்டிங்க? அதுவும் லேடிஸ் கிட்ட."

"அவங்க ஐட்டம் சார். கூப்பிட்டோம் அப்படியே சண்டை வந்துருச்சு" என்றான் இடுக்கன்.

"ஐட்டமா இருந்தாலும் நீங்க சண்டை போட்டது ரயில்வே ஸ்டேஷன்ல. எப்படியும் ஒரு வருஷம் ஜெயில் தண்டனை கிடைக்கும்" என இன்ஸ்பெக்டர் சொல்லவும்,

"சார் வேற எதாவது அபராதம் கட்டலாமா சார்?" எனக் கேட்டான் பாலாஜி.

"எவ்ளோ கட்டுவ?"

"அம்பதாயிரம் கட்டுறேன் சார்" என பாலாஜி சொன்னதும், இடுக்கன் பாலாஜியைப் பார்த்து, 'மூணு பேருக்கும் சேர்த்து தான் அம்பதாயிரம்னு சொல்லு' எனச் செய்கை காட்டினான். அதை இன்ஸ்பெக்டர் பார்த்துவிட்டு இடுக்கனைத் தனது பூட்ஸ் காலில் ஓங்கி ஒரு உதை விட்டார்.

"சார் ஃபோன் கொடுங்க சார். ரூபா கொண்டு வரச் சொல்றேன்" என பாலாஜி சொன்னதும் தன் மொபைலைக் கொடுத்தார் இன்ஸ்பெக்டர். அடுத்த பத்து நிமிடத்தில் ஒருவன் பணத்தைக் கொண்டு வந்து கொடுத்து விட்டு பாலாஜியை அழைத்துக் கொண்டு போனான்.

"நீங்க எப்படி? உங்களுக்கு ஜெயிலா? இல்ல, யாராவது இருக்காங்களா-பணம் கொண்டு வர?" எனக் கேட்டார் இன்ஸ்பெக்டர்.

"சார் நாங்க போனா தான் பணம் கொண்டு வரமுடியும். ஒரு வாரம் டைம் கொடுங்க. ரெண்டு பேருக்கும் சேர்த்து ஒரு லட்சம் தரேன்" எனச் சொன்னான் இடுக்கன்.

“உங்க அட்ரஸ், ஃபோன் நம்பர் எல்லாம் எழுதிக் கொடுத்துட்டுப் போங்க. ஒரு வாரம் தான் உங்களுக்கு டைம். அதுக்குள்ள பணம் வரணும்” என இன்ஸ்பெக்டர் சொன்னதும் இருவரும் முகவரியைக் கொடுத்துட்டு வெளியே வந்தார்கள். “நில்லுங்க, நானே கொண்டு போய் விடுறேன்” எனச் சொன்னார் இன்ஸ்பெக்டர்.

அஸ்தினாபுரம் பேருந்து நிறுத்தம் வந்ததும், “இங்கதான் சார்” எனச் சொன்னான் இடுக்கன். இருவரையும் இறக்கி விட்டுவிட்டு, இன்ஸ்பெக்டரும் இறங்கி பக்கத்துல இருக்கும் கடைகளில் இடுக்கனையும் வம்பனையும் காட்டி, ‘இவர்கள் இங்கயா இருக்காங்க?’ என விசாரித்தார். கடைக்காரர்கள், ‘ஆமாம்’ என தலை அசைத்தார்கள். இடுக்கனையும் வம்பனையும் ஒன்றாக நிற்க வைத்து மொபைலில் புகைப்படம் எடுத்துக் கொண்டார்.

“ஒரு வாரத்தில் பணம் வரலைன்னா ‘தேடப்படும் குற்றவாளி’ன்னு ரயில்வே ஸ்டேஷன் எல்லாம் உங்க ஃபோட்டோ தான் இருக்கும்” என்று சொல்லிவிட்டுக் கிளம்பினார் இன்ஸ்பெக்டர்.

“சார்.”

“என்ன?’

“உங்க ஃபோன் நம்பர் கொடுத்துட்டுப் போங்க சார். பணம் ரெடி ஆனதும் ஃபோன் பண்ணிட்டு வரோம்” எனச் சொன்னான் இடுக்கன்.

இன்ஸ்பெக்டர் தனது மொபைல் எண்ணைக் கொடுத்து விட்டுக் கிளம்பியதும், “வம்பா காலைல சீக்கிரம் வா” என்றான் இடுக்கன்.

“என்னால முடியாது. அவன் முதுகுல குத்துன குத்துல நான் காலைல இருப்பேனான்னே தெரியல. இதுல சீக்கிரம் எங்கிருந்து வர?” எனப் புலம்பினான் வம்பன்.

“நீ செத்துட்டா பரவால்ல. ஆனா உயிரோட இருந்தா சீக்கிரம் வந்துதான் ஆகணும். ஒரு வாரத்துல பணம் ரெடி பண்ணனும். இல்லன்னா அந்த இன்ஸ்பெக்டர் நம்மள நிம்மதியா இருக்க விடமாட்டான்” எனக் கொஞ்சம் கோவமாகச் சொன்னான் இடுக்கன்.

“பணத்துக்கு என்ன பண்ணப்போற?”

“காலைல வா தெரியும்.”

9

பேட்டி எடுத்து முடித்ததும் பொருளையெல்லாம் வேனில் ஏற்றி விட்டுக் கிளம்பத் தயாராக இருந்தார் ஓட்டுநர்.

"தம்பி ஏறுங்க. போலாம்."

"அண்ணா நீங்க போங்க. எனக்குக் கொஞ்சம் வேலை இருக்கு" எனப் பாண்டி சொன்னதும் வேன் கிளம்பியது.

'இன்று எப்படியாவது சுமதிய கண்டுபிடிச்சி ஆகணும்' என்ற முனைப்புடன் தாம்பரம் பேருந்து நிறுத்தம் அருகில் இருக்கும் தேநீர்க்கடைக்கு வந்தான். அவன் தேடும் முகம் எங்கேயாவது தெரிகின்றதா எனப் பார்த்தான். ஏமாற்றம் தான். கிழக்குத் தாம்பரத்திற்குச் சென்று தேடினான். அங்கேயும் அவனுக்கு ஏமாற்றம் தான் மிஞ்சியது. விடிய விடிய அங்குலம் அங்குலமாகத் தாம்பரத்தையே அலசினான் பாண்டி. ஒரு பிரயோஜனமும் இல்லை. பொழுதும் விடிந்துவிட்டது. அவன் போகவேண்டிய பேருந்தைத் தேடினான். அது உடனே கிடைத்தது.

"இடுக்கா... இடுக்கா..." என அழைத்துவிட்டு, 'என்னைச் சீக்கிரம் வரச்சொல்லிட்டு இவன் என்ன பண்றான்?' என நினைத்துக் கொண்டே வெளியில் இருந்து மீண்டும் குரல் கொடுத்தான் வம்பன்.

"வரேன் இருடா" எனச் சொல்லிவிட்டு, எப்போதும் அவன் வைத்திருக்கும் கத்தியை எடுத்து தன் இடுப்பில் சொருகிக்கொண்டு வெளியே வந்தான் இடுக்கன்.

இருவரும் சிட்லபாக்கம் வரதராஜ தியேட்டர் அருகில் வந்து சாந்தியைப் பற்றி விசாரித்தார்கள். 'அந்த வீடுதான்' என ஒருவர் கை நீட்டிக் காட்டினார். அந்த வீட்டுக்குள் நுழைந்தான் இடுக்கன். பின் தொடர்ந்து வம்பனும் சென்றான். கதவைத் தட்டினான் இடுக்கன்.

உள்ளிருந்து, "யாரு?' எனச் சுமதியின் குரல் வந்தது. "யாருன்னு சொன்னாதான் கதவைத் தொறப்பியா?" என கேட்டுக் கதவைப் பலமாக இடித்தான் இடுக்கன். கதவை இடித்த இடியில் பயந்து கொண்டு கதவைத் திறக்காமல் பின்னாடியே நகர்ந்தாள் சுமதி. ஓடிவந்து கதவைத் திறந்தாள் சாந்தி.

"நீ... நீயா? உன்னை எப்படி விட்டாங்க?" எனக் கோபமாகக் கேட்டாள் சாந்தி.

"உன்னையே விடும்போது என்னை விடமாட்டாங்களா? உன் தொழிலைப் பத்தி நிறைய பேருக்குத் தெரிஞ்சு இருக்கு. அஸ்தினாபுரத்தில் இருக்கும் எங்களுக்குத் தெரியல. பரவாயில்ல மூணு பேர்க்கும் சேர்த்து ஒரு லட்சத்தி ஐம்பது ஆயிரம் கொடுத்தா, நீ தொழிலைத் தொடர்ந்து பண்ணலாம். இல்லைன்னா... நீ இருந்த இடம் தெரியாம பண்ணிடுவேன்" எனச் சொல்லிக் கொண்டு இடுப்பில் இருந்த கத்தியை எடுத்து செல்வியின் கழுத்தில் 'சரக்' என மெல்லிதாய் ஒரு கோடு போட்டான் இடுக்கன். கழுத்தைப் பிடித்துக் கொண்டு வலியால் அலறினாள் செல்வி. அவளைக் கட்டி அணைத்துக் கொண்டு, "டேய்! இப்போ நாங்க தொழில் பண்றதில்லடா" எனக் கத்தினாள் சாந்தி.

"இப்போ பண்ணலனா என்ன? அப்போ பண்ணீங்க இல்ல? அதுக்குக் கொடுங்க. நீங்க இனிமே பண்ணினாலும், பண்ணாம இருந்தாலும் சரி, எனக்குப் பணம் வேணும். பணத்தக் கொடுத்தா நீங்க நிம்மதியா இருக்கலாம்" என சுமதி கழுத்தில் கோடு போடப் போனான் இடுக்கன். அவளை இழுத்து தன் முதுகு பின் மறைத்தாள் சாந்தி.

"மறுபடியும் போலீஸ் கம்ப்ளெயின்ட் பண்ணவா?" என மிரட்டல் விடுத்தாள் சாந்தி.

"நீ இவளை ஹாஸ்பிட்டலுக்குக் கூட்டிட்டுப் போவியா? இல்ல போலீஸ் ஸ்டேஷன் கூட்டிட்டுப் போவியா? நீ நம்ம ஏரியா ஆளா ஆயிட்ட! உனக்கு நானே ஹெல்ப் பண்றேன். இன்ஸ்பெக்டர் நம்பர் போட்டுத் தரேன். நீயே பேசு" என இன்ஸ்பெக்டருக்கு ஃபோன் பண்ணி லவுட் ஸ்பீக்கரில் போட்டான் இடுக்கன்.

'கைல வாங்கினேன். பைல போடல. காசு போன இடம் தெரியல. காதலி பாப்பா காரணம் கேப்பா' என்ற பாடல் ரிங்டோனாக ஒலித்தது. இந்தப் பாடலைக் கேட்டு மெல்லிதாய் சிரித்தான் வம்பன். மற்றவர்கள் ஆன் ஆகுதா என்று மொபைலைப் பார்த்துக் கொண்டிருந்தார்கள்.

"ஹலோ யாரு?" என்ற அந்தக் குரலில் ஒரு கம்பீரம் தெரிந்தது. அந்தக் குரலைக் கேட்டதும் சிரித்துக் கொண்டிருந்த வம்பன் 'கப்'பென வாயை மூடினான். இடுக்கன் முகத்திலும் கொஞ்சம் பயம் தெரிந்தது. இதற்குக் காரணம் நேற்று வாங்கிய அடி தான்.

"சார் நேத்து மூணு பேர் மேல கம்ப்ளெயின்ட் கொடுத்தேனே! சாந்தி பேசுறேன் சார். "

"என்ன சொல்லு?"

"அவுங்கள எதுக்கு வெளியே விட்டிங்க சார்?"

"அவங்களை உள்ள வைக்கணும்னா உங்களையும் உள்ள வைக்கணும். மூணு பேரும் பொம்பளைங்கன்னு விடச் சொன்னேன். பரவால நாங்களும் உள்ள இருக்கோம்ன்னு சொல்லுங்க. அவங்களை இப்பவே பிடிச்சு உள்ள தள்ளுறேன். உங்க ஏரியா லோக்கல் போலீஸ் ஸ்டேஷன் இல்ல இது. ரயில்வே போலீஸ். நீங்க ஜாமினில் வெளியே வர ஒருத்தருக்கு ரெண்டு லட்சம் ஆகும். ஜாமின் மட்டும் தான் ரெண்டு லட்சம். அப்புறம் கோர்ட்டு கேஸ்ன்னு பார்த்தா எப்படியும் பத்துப் பதினாஞ்சி வருஷம் அலையனும். யோசிச்சுச் சொல்லு."

'டக்'கென லைன் கட் ஆனது.

"என்ன! கேட்டியா?" என கொஞ்சம் திமிருடன் கேட்டான் இடுக்கன்.

"இப்போ எங்ககிட்ட பணம் இல்ல. எனக்கு ஒரு வாரம் டைம் கொடு; எப்படியாவது புரட்டித் தரேன்" எனச் சொன்னாள் சாந்தி.

"ஒரு வாரம் இல்ல. ரெண்டே நாள் தான் டைம். நாளை மறுநாள் வருவேன். பணம் மட்டும் இல்லைன்னா மூணு பேரோட கழுத்தை அறுத்துப் போட்டுப் போயிட்டே இருப்பேன்" எனக் கடுமையான கோபத்தில் கத்தினான் இடுக்கன்.

இடுக்கன் கத்தியதைப் பார்த்து மூணு பேரும் நடுங்கினார்கள். வம்பனும் கொஞ்சம் பயந்தான். சாந்தி மொபைலைப் பிடுங்கி தன் மொபைலுக்கு ஒரு மிஸ்டு கால் கொடுத்துவிட்டு இருவரும் கிளம்பினார்கள். தன் பையில் துணிகளை எடுத்து வைத்துக் கொண்டு சுமதியும் கிளம்பினாள்.

"எங்க போற சுமதி?" எனக் கேட்டாள் சாந்தி.

"இங்க இருக்க எனக்குப் பிடிக்கல. நான் எங்கியாவது போறேன்."

"ஊர்ல பிரச்சனைன்னு இங்க வந்த. இங்க பிரச்சனைன்னு

இப்போ எங்க போற? இப்போ போற இடத்தில் பிரச்சனைன்னா அங்கேருந்து ஓடுவியா? பிரச்சனையைப் பார்த்து ஓடக்கூடாது. நின்னு சமாளிக்கணும். செல்விக்கு எவ்ளோ பிரச்சனைன்னு தெரியுமா? அவளுக்கு இருக்கும் பிரச்சனைக்குச் செத்தே போயிருக்கணும். எல்லாத்தையும் சமாளிச்சுட்டு இருக்கா" எனப் பொறுமையாக எடுத்துச் சொன்னாள் சாந்தி. சாந்தி சொன்னதை எதையும் காதில் வாங்காமல்,

"நான் இங்க இருந்தா என் கற்புக்கும் உயிருக்கும் பாதுகாப்பு இருக்காது. நாளைக்கு எனக்கு வேலை வாங்கித் தந்துருவாரு. நான் போறேன்" என்று சொல்லிக் கொண்டு வீட்டை விட்டு வெளியே வந்தாள் சுமதி.

"அக்கா அவ மண்டை ஓடு மகாலிங்கம் வீட்டுக்குப் போறா. எதாவது பண்ணுக்கா" எனப் பதற்றம் நிறைந்த குரலில் சொன்னாள் செல்வி.

மொபைலை எடுத்து சங்கருக்கு ஃபோன் பண்ணினாள் சாந்தி.

"என்ன சாந்தி ஆட்டோ கொண்டு வரவா?"

"இல்லண்ணா. நீங்க இங்க வரவேணா. எனக்காக ஒண்ணு பண்ணுங்க. சுமதி கோச்சுக்கிட்டு மண்டை ஓடு மகாலிங்கம் வீட்டுக்குப் போறா. அவளை எப்படியாவது பேசி சமாதானப்படுத்தி உங்க வீட்டுக்குக் கூட்டிட்டுப் போய் விட்டுட்டு இங்க வாங்கண்ணா" என சோகம் நிறைந்தக் குரலில் பேசினாள் சாந்தி.

மகாலிங்கம் வீட்டுக்குப் போகும் சுமதியைத் தேடி சங்கர் போனான். மண்டை ஓடு மகாலிங்கம் வீட்டின் வாசல் வரைக்கும் போய்விட்டான் சங்கர். ஆனால் சுமதியைக் காணோம். உள்ளே போய்க் கேட்கலாமா என யோசனையில் இருந்தான் சங்கர். 'சரி எதுக்கும் சாந்திக்கு ஃபோன் பண்ணிட்டுப் போலாம்' என நினைத்துக் கொண்டு சாந்திக்கு ஃபோன் பண்ணினான் சங்கர்.

"ஹலோ சொல்லுங்கண்ணா."

"சாந்தி நான் மண்டை ஓடு வீட்டுக்கிட்ட வந்துட்டேன். வழியில் எங்கயும் காணோம். உள்ளப் போய்ப் பாக்கவா?"

"உள்ள போக வேணாம்ண்ணா. அங்கேயே வெய்ட் பண்ணுங்க. எப்படியும் அங்க தான் வருவா."

ஒரு சிறிய பிளாஸ்டிக் கவரில் இருந்து பீடியை எடுத்து வாயில் வைத்துப் பற்றவைத்தான். பத்து நிமிடத்தில் ஐந்து பீடியை இழுப்பதும் புகையைக் கக்குவதுமாக இருந்த சங்கர், ஆறாவது பீடியை எடுப்பதற்கு

இரண்டு விரல்களைச் சட்டைப் பைக்குள் விட்டு எடுத்தான். எடுத்த பீடியை மீண்டும் பைக்குள்ளேயே வைத்துவிட்டு ஆட்டோவை ஸ்டார்ட் பண்ணான் சங்கர் சுமதி வருவதைப் பார்த்து.

"சுமதி எங்க போற?"

"மகாலிங்கம் அண்ணா வேலை வாங்கித் தரேன்னு சொன்னாரு. அவரு வீட்டுக்குப் போறேன்."

"அதுக்கு எதுக்குப் பையெல்லாம் எடுத்துட்டுப் போற? ஆட்டோல வெச்சிட்டுப் போ. வேலைக்குப் போற மாதிரி தெரியல உன்னைப் பாத்தா. காலைல எழுந்து மூஞ்சிய கூடக் கழுவாம அப்படியே வேலைக்கு வரச் சொன்னங்களா? சாந்தி இல்ல செல்வி யாரையாவது துணைக்குக் கூட்டிட்டு வரலாம்ல?" என சுமதியை எதேச்சையாகப் பார்த்தது போல் பேசிக் கொண்டிருந்தான் சங்கர்.

"இல்ல எனக்கு அவங்க கூட இருக்கப் பிடிக்கல. அதான் வந்துட்டேன். மகாலிங்கம் அண்ணன் ரெண்டு நாள்ல வேலை வாங்கித் தரேன்னு சொல்லிருக்கார்."

"அதுக்கு மண்டை ஓடு வீட்டுக்குப் போறியா? அங்க வேண்டாம். அவன் ஒரு மாதிரி. தனியா வேற இருக்கான். எதுக்கு அங்க போற? ரெண்டுநாள் எங்க வீட்ல இரு. வேலை கிடைச்சதும் போ" என சங்கர் சொன்னதும், மண்டை ஓடு மகாலிங்கம் வீட்டிற்குச் செல்வியும் சுமதியும் போயிருந்தபோது அவன் பார்த்த பார்வை சுமதிக்கு நினைவு வந்தது.

"என்ன யோசனை? ஆட்டோவுக்கு காசு கேட்கமாட்டேன். ஏறு" என வேடிக்கையாகப் பேசினான் சங்கர். மெல்லிதாய் சிரித்துக் கொண்டே ஆட்டோவில் ஏறினாள் சுமதி.

"சுமதி."

"சொல்லுங்கண்ணா "

"டீ சாப்பிடலாமா?"

இருவரும் தேநீர் குடித்துவிட்டு வீட்டிற்கு வந்தார்கள். "அப்பா..." என ஓடிவந்த சங்கரின் பத்து வயது மகள் சங்கரின் கால்களைக் கட்டிக் கொண்டாள். "யாருங்க இது?" எனக் கேட்டாள் சங்கரின் மனைவி. "இவங்க பேரு சுமதி. ஊர்ல இருந்து வந்திருக்காங்க. வேலை கிடைக்கிற வரைக்கும் இங்கதான் இருப்பாங்க. அவங்களுக்கு டிபன் ரெடி பண்ணு. எனக்கு சவாரி இருக்கு. நான் போறேன்" எனச் சொல்லிவிட்டு சங்கர் கிளம்பி நேராக சாந்தி வீட்டுக்கு வந்தான்.

“சாந்தி... சாந்தி...” எனக் குரல் கொடுத்துக் கொண்டே கதவைத் தட்டினான் சங்கர்.

செல்வி வந்து கதவைத் திறந்தாள்.

“ கழுத்துல என்ன? என்னாச்சு? சாந்தி எங்க செல்வி?”

“உள்ளத்தான் இருக்காங்க.”

சங்கரைப் பார்த்ததும் அறையை விட்டு வெளியே வந்தாள் சாந்தி. தாம்பரத்தில் இறக்கிவிட்டதில் இருந்து காலை சுமதி கோபித்துக் கொண்டு போனது வரைக்கும் ஒன்று விடாமல் சொல்லிமுடித்தாள் சாந்தி. அப்போது அவள் கண்களில் ஈரம் படர்ந்திருந்தது. கண்ணீர் வருவதற்கு முன் தன் புடவை முந்தானையில் துடைத்துக் கொண்டு அமைதியாய் நின்றாள் சாந்தி.

“பணத்துக்கு என்ன பண்ணப்போற?” எனக் கேட்டான் சங்கர்.

“சரோஜா கிட்ட தான் வாங்கணும்.”

“டேவிட் சார்கிட்ட கேட்டுப் பாருக்கா” எனச் சொன்னாள் செல்வி.

“வேணாம். சுமதி இருந்து வாங்கினா பரவால. அவ இல்லாம நாம வாங்கினா நாளைக்குத் தப்பாயிடும். சரோஜாகிட்டயே வாங்கலாம். என்ன சரோஜாகிட்ட வாங்கினா கரெட்டா தரணும். இல்லைன்னா பொம்பளன்னு கூடப் பாக்காம தலைகீழா தொங்க விடுவா” எனச் சொல்லிவிட்டுப் பெருமூச்சு விட்டாள் சாந்தி.

10

சாந்தியும் செல்வியும் சரோஜா வீட்டிற்கு வந்தார்கள். கதவைத் திறந்து உள்ளே போனார்கள். நல்ல விசாலமான வாசலில் ஒரு ஓப்பன் ஜீப் நின்றிருந்தது. ஜீப்பைத் தாண்டி பக்கவாட்டில் மாட்டுத் தொழுவம் போல் கூடாரம் ஒன்று இருந்தது. அதில் இறைச்சிக் கடைகளில் தொங்கும் சங்கிலி போல் ஆங்காங்கே தொங்கிக் கொண்டிருந்தது. அதில் ஒரு சங்கிலியில் ஒரு நாற்பது வயது ஆள் தலைகீழாகத் தொங்க விடப்பட்டிருந்தார். அவர் நாக்கில் வேல் போன்று ஒரு கம்பியைச் சொருகி, அதில் ஒரு கிலோ இருக்கும் அளவுக்கு ஒரு இரும்பைத் தொங்க விட்டிருந்ததால் அவன் நாக்கு அறுந்து விழுவது போலிருந்தது. அதைப் பார்த்து பயந்துவிட்டாள் செல்வி. தொங்குபவனைத் தவிர அங்கே யாரும் இல்லை. அமைதியான இடத்தில் அவன் மட்டுமே வலியால் துடித்துக் கொண்டிருந்தான். தயங்கித் தயங்கிப் போனாள் சாந்தி. கதவைத் தட்டினாள் சாந்தி. தட்டியதும் உள் தாழ்ப்பாள் போடாததால், கதவு தானாகத் திறந்து கொண்டது. உள்ளே பத்துப் பேர் சாப்பிட்டுக் கொண்டு இருந்தார்கள். கதவு திறந்ததும் ஒருவன் சாந்தியைப் பார்த்து, "யாரு? என்ன வேணும்?" எனக் கேட்டான்.

"சரோஜா அக்காவ பாக்கணும்" என்று சொன்னாள் சாந்தி.

"வெளிய போய் இருங்க. அக்கா சாப்பிட்டு வருவாங்க" எனச் சொல்லிக் கொண்டு இருக்கும்போது சரோஜா வெளியே வந்தாள்.

"என்னடா?"

"அக்கா உங்கள பாக்கணுமாம்."

கருப்புநிற ஜீன்ஸ் பேண்ட், பளீர் வெள்ளை டீஷர்ட், அதற்கு மேல் கருப்பு நிறத்தில் ஜீன்ஸ் துணியில் தைத்த சட்டை, கழுத்தில் மெல்லிய தங்கத்திலான செயின் என பெயருக்கும், சரோஜா உடைக்கும் துளியும் சம்மதம் இல்லை. சாந்தியைப் பார்த்துக் கொண்டே வந்தாள்

சரோஜா. வரும் வழியில் சரோஜா ஆட்கள் சாப்பிட்டுக் கொண்டிருந்தார்கள். அவர்களை சரோஜா கடக்கும் போது அனைவரும் சாப்பாட்டை விட்டு எழுந்தார்கள்.

"பல வாட்டி சொல்லிருக்கேன் உங்களுக்கு! சாப்பிடும்போது எழுந்திரிக்கக்கூடாதுன்னு. உக்காருங்க உக்காருங்க" எனக் கைகளில் சைகை காட்டிப் பொறுமையாகச் சொன்னாள் சரோஜா.

"நீங்க வாங்க நம்ம வெளிய போய்ப் பேசலாம்" என சரோஜா மூவரையும் வெளியே அழைத்துக் கொண்டு வந்தாள்.

வெளியே வந்தவள் நேராகத் தலைகீழாகத் தொங்கும் ஆள் அருகில், மர நாற்காலியை இழுத்துப் போட்டு அதில் உட்கார்ந்து அவன் நாக்கில் தொங்கிக் கொண்டி இருக்கும் இரும்பை அவிழ்த்துக்கொண்டே,

"என்னைப் பத்தி நல்லா தெரியும் உனக்கு. நீயே இப்படிப் பண்ணலாமா? பணம் வாங்கச் சொல்ல என்னச் சொன்னேன் உனக்கு? ஒரு வருஷம் இல்ல மூணு வருஷம் கூட டைம் வாங்கிக்கோ. ஆனா சொன்ன டைம்க்குப் பணத்தைக் கொடுக்கணும்ன்னு சொல்லிருக்கேன். உனக்கே தெரியும் வட்டி கூட ஒன்னுலருந்து பத்து தேதி வரைக்கும் அவகாசம் தருவேன். ஆனா அசல் மட்டும் சொன்ன தேதிக்குத் தரணும். இதுலாம் தெரிஞ்சும் காலைல அவ்ளோ பேச்சு பேசுற நீ" எனப் பேசி முடிக்கவும், கட்டு எல்லாம் அவிழ்த்து விடவும் சரியாக இருந்தது. அவனிடம் மொபைலைக் கொடுத்து வீட்டுக்கு ஃபோன் பண்ணி பணம் கொண்டு வரும்படி சொல்லச் சொன்னாள்.

"பணம் இருந்தா நானே கொடுக்க மாட்டேனா? அதான் வட்டி தரேன்னு சொல்றேன்ல" என கொஞ்சம் சத்தமாக அழுது கொண்டே சொன்னான்.

"என்ன இப்போதான் இறக்கிவிட்டேன். திருப்பியும் தொங்கவிடவா?" என சாந்தமாகவே சொன்னாள் சரோஜா.

"அவரைப் பாத்தா பாவமா இருக்குக்கா" என சாந்தி காதில் கிசுகிசுத்தாள் செல்வி. "அக்கா இவங்க கிட்டத்தான் பணம் வாங்கணுமா? வேற யாரும் இல்லையா?" எனக் கேட்டாள் செல்வி.

"கேட்ட உடனேயே தர ஆள் இங்க வேற யாரு இருக்கா? வேற யாரையாவது கேட்டா ஒரு வாரம் ஆகும், ஒரு மாசம் ஆகும்ன்னு சொல்லுவாங்க. இல்லன்னா உனக்கு சொத்து இருக்கா, சொந்த வீடு இருக்கான்னு கேப்பாங்க. ஒரு மாசம் டைம் கேக்கலாம்னு நெனச்சேன்.

இப்போ மூணு மாசத்துல தரேன் சொல்லப் போறேன்" எனச் சொன்னாள் சாந்தி.

"இங்க பாரு. பணம் கொண்டு வரச் சொல்லு. வேணும்னா நாலு நாள் கழிச்சுத் திருப்பியும் வாங்கிக்கோ. வாங்கும்போது ஒரு வருஷம் இல்ல நாலு வருஷம் டைம் கேளு தரேன்" எனச் சொன்னாள் சரோஜா. பார்வையை சாந்தி பக்கம் திருப்பினாள்.

"எவ்ளோ வேணும்?"

"ரெண்டு லட்சம் வேணும். மூணு மாசம் ஆகும் ரிட்டர்ன் பண்ண" எனச் சொன்னாள் சாந்தி.

"இங்க நடந்தத பாத்துக்கிட்டுத் தான இருந்த? இல்ல உனக்குத் தனியா சொல்லணுமா?"

"தெரியும். ஒன்னுலருந்து பத்து தேதிக்குள் வட்டி கொடுக்கணும். மூணாவது மாசம் கரெட்டா அசல் தரணும். ஒரு நாள் கூட லேட் ஆகக்கூடாது" என ஒப்பித்தாள் சாந்தி.

"ஒரு நாள் இல்ல. ஒரு மணி நேரம் கூட லேட் ஆகக்கூடாது. மூணாவது மாசம் பணம் வரலைன்னா என்னோட ஆளுங்க உன்னைத் தேடி வருவாங்க" எனப் பொறுமையாகச் சொன்னாள் சரோஜா.

'சரி' என்பது போல் தலையை அசைத்தாள் சாந்தி. உள்ளே போன சரோஜா ஒரு நிமிஷத்தில் கையில் இரண்டு லட்சத்துடன் வெளியே வந்து சாந்தி கையில் கொடுத்தாள். பணத்தை வாங்கிக் கொண்டு இருவரும் வெளியே வந்தார்கள். சாந்தியின் மொபைலுக்கு அழைப்பு வந்தது.

"ஹலோ, சொல்லுங்க சார்"

"நான் வந்த வேலை முடிஞ்சு போச்சு. இன்னிக்கு செஞ்சி போறேன் சாந்தி" என்றார் டேவிட்.

"ஓகே சார். பார்த்துப் போங்க" என இணைப்பைத் துண்டித்தாள்.

இடுக்கனுக்கு ஃபோன் பண்ணினாள் சாந்தி.

"ஹலோ! என்ன பைசா ரெடியா?" என ரௌடிக்கே உண்டான தோரணையில் கேட்டான் இடுக்கன்.

"ரெடி, வீட்டுக்கு வந்து வாங்கிக்கோ" எனச் சொன்னாள் சாந்தி.

"பத்து நிமிஷத்துல வீட்டுக்கு வரேன்."

"நான் வீட்டுக்கு வர அரைமணி நேரமாகும்" என்றாள் சாந்தி.

"நீ எங்க இருக்கன்னு சொல்லு. அங்கேயே வந்து வாங்கிக்கிறேன்."

“சரோஜா வீட்ல தான் இருக்கேன்.”

“அங்கயா? நீ வீட்டுக்கு வந்ததும் ஃபோன் பண்ணு” என அழைப்பைத் துண்டித்தான்.

“என்னடி செல்வி! எங்க இருக்கியோ அங்கயே வந்து பணத்த வாங்கிக்கிறேன்னு சொன்னான். சரோஜா வீடுன்னு சொன்னதும் வீட்டுக்கு வந்ததும் ஃபோன் பண்ணுனு ஃபோனை கட் பண்ணிட்டான்.”

“அவனும் சரோஜா கிட்ட பணம் வாங்கிருக்கானோ என்னவோ. அக்கா, சங்கர் அண்ணா ஆட்டோ வருது பாரு” என்றாள் செல்வி.

ஆட்டோவை கை அசைத்து நிறுத்தி இருவரும் வீட்டுக்கு வந்தார்கள்.

“அண்ணா சுமதி சாப்பிட்டாளா? எப்படி இருக்கா?” எனக் கேட்டாள் சாந்தி.

“வீட்ல இறக்கி விட்டுட்டு தேவி கிட்ட சொல்லிட்டு நான் வந்துட்டேன். போனா தான் தெரியும்” என்றான் சங்கர்.

“டீ போடச் சொல்லவா அண்ணா?”

“வேணாம்மா. கொஞ்சம் வேலை இருக்கு. நான் கிளம்புறேன்” எனச் சொல்லிவிட்டுக் கிளம்பினான் சங்கர்.

இடுக்கனுக்கு ஃபோன் பண்ணி வரவழைத்துப் பணத்தைக் கொடுத்தாள் சாந்தி.

“எங்க இன்னொரு பீஸ் காணோம். ரெண்டு பேரு மட்டும் இருக்கீங்க?” எனக் கேட்டான் இடுக்கன்.

“உனக்குத் தேவை பணம். வாங்கிட்டில்ல! போயிட்டே இரு. யார் இருக்கா, யாரு இல்லங்கிற மண்ணாங்கட்டி வேலையெல்லாம் பாக்காத” எனக் கோவத்தில் கத்தினாள் சாந்தி.

“ரெண்டு தடவை மிஸ் ஆயிட்டா...” என்று சொல்லிக் கொண்டிருக்கும் போதே இடுக்கன் கையைப் பிடித்து இழுத்துக் கொண்டு போனான் வம்பன்.

“வா... முதல்ல பணத்தை இன்ஸ்பெக்டர்கிட்ட கொடுப்போம்” எனச் கூட்டிக் கொண்டு போனான் வம்பன் .

“செஞ்சி எல்லாம் இறங்குங்க” என நடத்துநர் குரல் கேட்டு, டேவிட் பேருந்தில் இருந்து இறங்கி எதிரில் இருந்த ஜூஸ் கடைக்குள் நுழைந்தார்.

“என்ன சார் எப்படி இருக்கீங்க? நாலஞ்சி நாளா இந்தப் பக்கம் காணம்?” எனக் கேட்டுக் கொண்டே, டேவிட் எப்போதும் குடிக்கும்

லெமன் ஜூஸைப் போட்டு டேவிட்டிடம் கொடுத்தார் கடைக்காரர். ஜூஸ் குடித்துவிட்டு பணத்தைக் கொடுத்துவிட்டு மொபைலைத் தேடினார் டேவிட். மொபைல் அவரிடம் இல்லாததைக் கண்டு ஓடிப் போய் அவர் வந்த பேருந்தைப் பார்த்தார். பேருந்து இல்லை. 'மொபைலை எங்க விட்டோம்?' என சிறிது நேரம் யோசனையில் இருந்தார். டேவிட்டுக்கு ஒன்றும் நினைவுக்கு வரவில்லை. அங்கு இருக்கும் காவல் நிலையத்தில் புகார் கொடுத்துவிட்டு எஃப்.ஐ.ஆர். நகலை வாங்கிக் கொண்டு மாத்தூர்க்கு வந்தார் டேவிட்.

"இங்க என்ன தம்பிப் பண்றீங்க?" எனப் பாண்டியைப் பார்த்துக் கேட்டார் டேவிட்.

"உங்களைப் பாக்கத்தான் சார் வந்தேன். நீங்க இல்லைன்னாலும் இங்க யார்கிட்டயாவது உங்க ஃபோன் நம்பர் வாங்கிட்டுப் போலாம்ன்னு. பக்கத்துல நம்பர் வாங்கியதும் உங்களுக்கு ஃபோன் பண்ணேன். சுவிட்ச் ஆஃப்ன்னு வந்தது" என்றான் பாண்டி.

"மொபைல் தொலைஞ்சு போச்சு. என்ன விஷயமா என்னைப் பாக்க வந்திங்க?" எனக் கேட்டார் டேவிட்.

"அன்னிக்கு நீங்க பெருங்களத்தூர்ல்ல ஒருத்தவங்ககிட்ட பேசினீங்களே! அவங்க பேர் கூட சாந்தி. அவங்க நம்பர் வேணும் சார்" என்றான் பாண்டி.

"எல்லார் நம்பரும் மொபைலில் தான் இருக்கு. எதுக்கு அவுங்க நம்பர்?" எனக் கேட்டார் டேவிட்.

"சுமதி வீடு எதுன்னு கேட்டேன். இந்த வீட்டைக் காட்டினாங்க; உங்களைப் பத்தியும் சொன்னாங்க" என்றான் பாண்டி.

"சுமதியை எதுக்குத் தேடுறீங்க?"

"சார் தப்பா நினைக்காதீங்க" என முதல்முறை கல்யாணத்துக்கு வந்தது முதல் நடந்த அத்தனை விஷயத்தையும் சொல்லி முடித்தான் பாண்டி.

"சாந்தி கூட தான் சுமதி இருக்கான்னு உனக்கு எப்படித் தெரியும்?"

"நாம சந்திச்சிச்ச அன்னிக்கு நான் திரும்பி வேலை விஷயமா தாம்பரம் வந்தேன். அப்போ ஒரு பூக்கடையில் சுமதியை சாந்தி அக்கா கூடப் பார்த்தேன்" என்று தாம்பரத்தில் தேடிய விஷயத்தைச் சொன்னான் பாண்டி. "சார், அதே நம்பர்ல புது சிம் வாங்கினா கூகுளில் இருந்து பழைய நம்பர் எல்லாம் எடுக்கலாம் சார்."

"அதே நம்பர் வாங்கினா தான? அதுவும் முடியாது, சுமதி அப்பா தான் சிம் வாங்கித் தந்தார். அவர் இப்போ இல்லை. போலீஸ் ஸ்டேஷன்ல புகார் கொடுத்து இருக்கேன். அதை வெச்சி எதாவது பண்ண முடியுமான்னு பாக்கலாம்" என்றார் டேவிட்.

"சார், சாந்தி அக்கா அட்ரஸ் சொல்லுங்க. நான் நேர்ல போய்ப் பாத்துக்கிறேன் " எனக் கேட்டான் பாண்டி.

"எனக்கு அட்ரஸ் தெரியாது. இங்க வீடு கட்டலாம்னு இருக்கேன். அதுக்கு சுமதிகிட்ட பேசணும். எப்படின்னு தெரியல" என்றார் டேவிட்.

'இப்படி போற இடம் எல்லாம் முட்டுச் சந்தா இருக்கே!' என வருத்தப்பட்டான் பாண்டி.

"என்ன யோசனை பாண்டி?"

"ஒன்னுமில்ல சார். என்னோட முட்டாள்தனத்தால இன்னிக்கு சுமதியைத் தேடி இவ்ளோ தூரம் வந்திருக்கேன். அன்னிக்கு டீக்கடையில் சாந்தி அக்கா நம்பர் கொடுத்தாங்க. நான் தான் சேவ் பண்ணல" எனச் சொல்லி வருத்தப்பட்டான் பாண்டி.

"என்னைக்கு இருந்தாலும் சுமதி இங்க வந்துதான் ஆகணும். உங்க நம்பர் கொடுத்துட்டுப் போங்க. சுமதி வந்தா கால் பண்ணச் சொல்றேன். நான் புதிய நம்பர் வாங்கிட்டு நான் ஃபோன் பண்றேன். போகும் போது நீங்க எதுக்கும் அந்த டீக்கடையில் விசாரிங்க. ஏதாவது தகவல் கிடைக்கும்."

"ஓகே சார்" எனச் சொல்லிவிட்டு பைக்கைக் கிளப்பினான் பாண்டி.

◯

11

மாத்தூரில் கிளம்பிய பாண்டியின் பைக் பெருங்களத்தூரில் சாந்தியைச் சந்தித்த தேநீர்க்கடையின் முன் தான் நின்றது.

"அண்ணா, சாந்தி அக்கா ஃபோன் நம்பர் இருக்கா?"

"சாந்தின்னா சூப்பர் ஸ்டார் விஜயசாந்தியா- நீ சொன்னதும் தெரிஞ்சிக்க? எதாவது அடையாளம் சொல்லு" எனச் சொல்லிவிட்டுச் சிரித்தார் டீ மாஸ்டர். அங்க இருந்த சிலரும் பல்லைக் காட்டினார்கள்.

"சூப்பர் ஸ்டார் விஜய் சாந்தி மாதிரி இருக்க மாட்டாங்க. ஆனா நடிகை சரிதா மாதிரி இருப்பாங்க. அவங்க பேர் சாந்தி. ரெண்டு நாளுக்கு முன்னாடி கூட இங்க தான் டீ வாங்கிக் கொடுத்தாங்க."

"ஒரு நாளைக்கு ஆயிரம் பேர் இங்க வந்து போறாங்க. எல்லாரும் ஃபோன் நம்பர் கொடுத்துட்டா போவாங்க?" என கிண்டல் பண்ணும் தோரணையில் பேசினார் டீ மாஸ்டர்.

இனி இங்கு விசாரிப்பதில் எந்தப் பயனும் இல்லை என்று அறிந்து அங்கிருந்து நகர்ந்தான் பாண்டி.

"அண்ணா டீ போடுங்க" எனச் சொன்னாள் சாந்தி.

"ரெண்டு நிமிஷத்துக்கு முன்னாடி வந்திருக்கக் கூடாதா சாந்தி? இப்போதான் ஒருத்தன் உன் ஃபோன் நம்பர் கேட்டுட்டுப் போனான்" என தேநீர் போட்டுக் கொண்டே சொன்னார் டீ மாஸ்டர்.

"ரெண்டு நாளுக்கு முன்னாடின்னா இவங்களா?" என்று பாண்டி, டேவிட், சாந்தி இருக்கும் புகைப்படத்தைக் காட்டினாள்.

"ஆமா கருப்பா இருக்கானே அவன்தான் சாந்தி."

"என்னோட நம்பர் உங்ககிட்ட இருக்குல்ல?"

"இருக்கு. நம்பர் கொடுத்தா ஃபோன் போட்டு ஏதாவது தொல்லை தரப் போறான்னு தரல சாந்தி."

“பரவால்லண்ணா. இனி யாராவது நம்பர் கேட்டா கொடுங்கண்ணா” எனப் பேசிக் கொண்டே சங்கருக்கு ஃபோன் பண்ணினாள் சாந்தி.

“சொல்லு சாந்தி.”

“சுமதி நாளைக்கு வேலை கேக்க மகாலிங்கம் கிட்டப் போகும்போது நீங்களும் கூடப் போங்கண்ணா.”

“சரி. நீ மகாலிங்கத்துக்கு ஃபோன் பண்ணி நல்ல வேலையா வாங்கித் தரச் சொல்லு” எனச் சொல்லிவிட்டு இணைப்பைத் துண்டித்து விட்டு, “சுமதி... சுமதி...” எனக் குரல் கொடுத்துக் கொண்டு சமையல் அறைக்குள் நுழைந்தான் சங்கர். சுமதியும் தேவியும் சமையல் வேலையில் இருந்தார்கள்.

“சுமதி நாளைக்கு நீ போகும் போது நானும் வரேன்” என்றான் சங்கர்.

“அவர் நம்பர் இருந்தா ஃபோன் பண்ணி எப்போ வரலாம்னு கேளுங்க அண்ணா” எனச் சொன்னதும் மண்டை ஓடு மகாலிங்கத்திற்கு ஃபோன் பண்ணினான் சங்கர்.

“ஹலோ சங்கர் எப்படி இருக்கீங்க?” என நலம் விசாரித்தான் மகாலிங்கம்.

“நல்லா இருக்கேன். சுமதிக்கு வேலை வாங்கித் தரேன்னு சொன்னீங்களாம். எப்போ வரலாம்னு கேக்கச் சொன்னா?”

“நாளைக்குக் காலைல பத்து மணிக்கு ரெடியா இருக்கச் சொல்லுங்க சங்கர். நான் ஃபோன் பண்ணி எங்க வரணும்னு சொல்றேன். சுமதி ஃபோன் நம்பர் என்னோட வாட்ஸாப்க்கு அனுப்புங்க.”

“சுமதி கிட்ட ஃபோன் இல்ல.”

“சரி. சுமதி கூட செல்வி வர்றாங்க. நான் அவங்களுக்குக் கால் பண்ணி சொல்றேன்” என்றான் மகாலிங்கம்.

“நாளைக்கு சுமதியைக் கூட்டிகிட்டு நான் தான் வரேன்” எனச் சொன்னான் சங்கர்.

சங்கர் வருகிறான் எனத் தெரிந்ததும், சிறிது நேரம் மௌனமாக இருந்தான் மகாலிங்கம்.

“ஹலோ கேக்குதா? லைன்ல இருக்கியா? ஹலோ...” எனக் கேட்டான் சங்கர்.

மௌனம் கலைந்த மண்டை ஓடு மகாலிங்கம், "லைன்ல இருக்கேன். முதல் மாசம் சம்பளம் வாங்கியதும் பாதி தரணும்ன்னு சொல்லிடு சங்கர், சுமதி கிட்ட. நாளைக்கு நான் கால் பண்றேன்" எனச் சொல்லி இணைப்பைத் துண்டித்து விட்டு, தினேஷ் எனப் பதிந்திருந்த எண்ணுக்கு அழைத்தான் மகாலிங்கம். "ஹலோ தினேஷ் சார், மர குடோனுக்கு சூப்பர்வைசர் வேலைக்கு ஆள் வேணும்ன்னு சொன்னீங்களே! ஒரு பொண்ணு இருக்கு. எப்போ கூட்டிட்டு வரலாம் சார்?"

"நான் விஜயைக் கூட்டிக்கிட்டு வியாபார விஷயமா வெளியூர் வந்திருக்கேன் மகாலிங்கம். நீ அவங்கள கூட்டிட்டு போய் குடோன்ல விட்டுட்டுப் போங்க. வேலை செய்ற ஆள்கிட்டச் சொல்லி அவங்களுக்கு என்ன வேலைனு சொல்லச் சொல்றேன். அவங்க மொபைல் நம்பர் எனக்கு அனுப்பி வைங்க. என்னோட நம்பர் அவங்ககிட்ட கொடுத்து வேலையில் எதாவது சந்தேகம் இருந்தா எனக்கு கால் பண்ணச் சொல்லுங்க மகாலிங்கம்" என்றார் தினேஷ்.

" சார், அந்தப் பொண்ணுகிட்ட மொபைல் இல்லையாம்."

"அப்போ குடோன்ல வேலை செய்ற ஆள்கிட்ட அவுங்களுக்கு என்ன வேலைன்னு சொல்லச் சொல்றேன். நீங்க அவங்கள குடோன்ல விட்டுட்டுப் போங்க. "

"ஓகே சார்" என மண்டை ஓடு மகாலிங்கம் ஃபோனை கட் பண்ணதும்,

தினேஷ் குடோனில் வேலை பாக்கும் இடுக்கனுக்கு ஃபோன் பண்ணி, "இடுக்கா வேலைக்கு ஆள் வராங்க. நீ தான் அவங்களுக்குக் கூடவே இருந்து மர கணக்கு எப்படி எழுதி வைக்கணும்ன்னு சொல்லிக் கொடுக்கணும்" என்றார் தினேஷ்.

"சார் ஒரு வாரத்துக்கு நான் லீவ் சார். பாண்டில எங்க ஆயா செத்துப்போச்சு. அங்க தான் நான் போய்க்கிட்டு இருக்கேன் சார்" எனச் சொல்லிட்டு ஃபோனைத் துண்டித்தான் இடுக்கன்.

"விஜய், இடுக்கனோட ஆயா செத்துட்டாங்களாம். பாண்டிக்குப் போறானாம். நான் ஃபோன் பண்ணதுக்கு அப்பறம் அதைச் சொல்றான்" என வருத்தத்துடன் சொன்னார் தினேஷ்.

"அவன் ஆயா செத்ததுக்கா போய் இருப்பான் பாண்டிக்கு? எந்த ஆயாவ கூட்டிட்டுப் போயிருக்கானோ பாண்டிச்சேரிக்கு! அவனையெல்லாம் வேலைக்குச் சேக்காதீங்கன்னு சொன்னேன். நாம

சொன்ன கேக்கவா போறாங்க?" எனச் சத்தம் வெளியே வராமல் முணுமுணுத்தார் விஜய்.

"என்ன விஜய்? உதடு மட்டும் அசையுது."

"ஆமா! சொன்னா கேக்கவா போறீங்க?"

"சொன்னா தானே கேக்க முடியும்!"

"அந்த இடுக்கனும் வம்பனும் பொண்ணுங்க விஷயத்துல ரொம்ப மோசம்ன்னு கேள்வி. அஸ்தினாபுரத்துல இருக்கிற ஃப்ரெண்ட் ஒருத்தன் சொன்னான்."

"வெளிய எப்படியோ நம்மகிட்ட இருக்கிற வரைக்கும் ஒழுங்கா இருக்கானா அவ்ளோ தான். அப்படியே அவன் வேலையை நம்மகிட்ட காட்டினான்னா நான் யார்ன்னு அவனுக்குத் தெரியும். வா வந்த வேலையைப் பார்ப்போம்" என்றார் தினேஷ்.

◯

12

“அக்கா எங்க போனீங்க?” என்று சாந்தியைக் கேட்டாள் செல்வி.

“ஏன்டி போகும் போது பார்த்துக்கிட்டு தானே இருந்த. அப்பறம் என்ன எங்க போனீங்கன்னு கேள்வி?”

“போகும் போது எங்க போறீங்கன்னு கேக்கக் கூடாதுல? அதான் வத்ததும் கேக்குறேன்” எனச் சொல்லிட்டு பற்கள் தெரிய சிரித்தாள் செல்வி.

“பெருங்களத்தூர் தான் போயிட்டு வரேன்டி. வேலைக்குச் சொல்லிட்டு வந்திருக்கேன். ரெண்டு நாள்ல சொல்றேன்னு சொல்லிருக்காங்க. இனிமே நம்ம நைட்ல போகவேண்டாம்டி. நம்மகிட்ட நல்லா பேசறவங்க கூட, நாம செய்ற தொழிலப் பத்தித் தெரிந்ததும் முகத்தைத் திருப்பிக்கிட்டுப் போறாங்க. சங்கர் அண்ணன் மட்டும்தான் நமக்கு ஒண்ணுன்னா வராரு. அவரும் எதுக்கு வர்றார்ன்னு உனக்குத் தெரியும்” என்று சொல்லிக் கொண்டிருந்த சாந்தி கண்களில் வந்த கண்ணீரைத் தரையில் விழாமல் துடைத்து விட்ட செல்வி,

“அக்கா நாம என்ன பணம் சம்பாதிக்கவா போறோம்? நம்மள மாதிரி ஆளுங்க இல்லன்னா ரோட்ல ஒரு கிழவி கூட நிம்மதியா நடக்க முடியாதுக்கா” என்றாள்.

“இப்பமட்டும் என்ன நிம்மதியா நடக்கறாங்களா? நேத்து நியூஸ் பார்த்த இல்ல? எண்பது வயசு கிழவிய கெடுத்து இருக்கானுங்க.”

“அக்கா நீங்க சொல்றது சரிதான். நானும் பாத்தேன். நான் சொல்றது என்னென்னா, இப்பவே இப்படின்னா இன்னும் நம்மள மாதிரி ஆளுங்க இல்லன்னா நெனச்சிப் பாருங்க! திருநங்கை அக்கா சொன்னது ஞாபகம் இருக்கா? ஒருநாள் தாம்பரத்தில ஒருத்தன் ஒரு பொண்ணை அங்க இங்கன்னு தொட்டுக்கிட்டு இருந்தானாம். அந்தப் பொண்ணு கையைத் தட்டித் தட்டி விட்டுக்கிட்டு இருந்திருக்கு. நேரம்

ஆக ஆக அந்தப் பொண்ணு கையைப் புடிச்சிப் படுக்கக் கூப்பிட்டு இருக்கான் அந்தப் பையன். பொண்ணு தலைல அடிச்சிக்கிட்டுப் பணத்தைக் கொடுத்து, ‘எவகிட்டயாவது போ’ன்னு சொல்லி ஓ..ன்னு அழுதுச்சாம். அன்னிக்கு நம்ம மாதிரி ஒருத்தவங்க அங்க இருந்ததால தான் அந்தப் பொண்ணோட மானம் போகாம இருந்திருக்கு. இத்தனைக்கும் அந்தக் காமப்பிசாசு அவளோட காதலனாம். அங்க நம்மள மாதிரி யாரும் இல்லாம இருந்திருந்தால் அந்தப் பொண்ணோட நிலைமையைக் கொஞ்சம் யோசிச்சுப் பாருங்கக்கா. இதைக் கூட விடுங்க நம்ம சுமதிய எப்படிக் காப்பாத்தினோம்? அன்னிக்கு நீங்களே சொன்னிங்க, ‘நீ ஒரு பொண்ணோட மானத்த காப்பாத்திருக்க’ன்னு” எனச் சொல்லி, கண்களில் கசிந்த கண்ணீரைத் துடைத்துக் கொண்டு மீண்டும் பேச முற்பட்ட செல்வியைப் பார்த்து, “அதான் நம்ம முகத்தில காறித்துப்பிட்டுப் போயிட்டாளே!” என்றாள் சாந்தி.

“காறித் துப்பிட்டுப் போயிட்டாளேன்னு அப்படியே விடவேண்டியது தானே? அப்பறம் எதுக்கு சங்கர் அண்ணாகிட்ட சொல்லி அவங்க வீட்டுக்குக் கூட்டிகிட்டுப் போகச் சொன்ன?” எனக் கேட்டாள் செல்வி.

“மண்டை ஓடு மகாலிங்கத்தைப் பத்தி உனக்குத் தெரியும். நம்ம கிட்ட இருந்து போனாலும் அவ நல்லா இருக்கணும். மகாலிங்கம் மாதிரி ஆளுகிட்ட மாட்டிக்கிட்டா, நாம காப்பாத்தினதுக்கு அர்த்தம் இல்லாம போயிடும். அதான் சங்கர் அண்ணன்கிட்ட சொன்னேன்.”

“யாரோ எப்படியே போகட்டும்ன்னு விடாம சங்கர் அண்ணா கிட்ட சொல்லிப் பாக்கச் சொன்னப் பாத்தியா! அதான்க்கா உங்க மனசு. கண்ணுக்குத் தெரியாத பல பேர நாம காப்பாத்திருக்கோம். இனியும் காப்பாத்துவோம்” என்றாள் செல்வி.

“அம்மா! தாயே! மொதல்ல நம்ம நம்மள காப்பாத்திக்குவோம். சரோஜாகிட்ட பணம் வாங்கியிருக்கு. மூணு மாசத்துல தரணும். அதுக்காகவாவது நம்ம வேலைக்குப் போகணும். இப்போ போய்த் தூங்கு” எனச் சொல்லிவிட்டு தன் அறைக்குச் சென்றாள் சாந்தி.

பாண்டியை நினைத்துத் தூங்காமல் புரண்டு புரண்டு படுத்துக் கோண்டிருந்தாள் சுமதி. அவளைப் பார்த்து, “ என்ன வயிறு எதாவது வலிக்குதா? “ எனக் கேட்டாள் சங்கரின் மனைவி தேவி.

“இல்லக்கா. பாண்டின்னு ஒருத்தர தேடித்தான் சென்னைக்கு வந்தேன். அவர் பேரு மட்டும் தான் தெரியும் . அவரை எப்படிக் கண்டுபிடிப்பேன்னு நெனச்சாலே தூக்கமே வரமாட்டேங்கிதுக்கா.”

"என்ன லவ்வா? அவரை நேர்ல பாத்திருக்கியா நீ?"

"ஹ்ம்ம்" எனத் தலையை அசைத்தாள் சுமதி.

"அவரோட அடையாளங்களை அண்ணன்கிட்ட சொல்லு. அவர் சவாரிக்குப் போகும்போது அவரும் தேடுவார். இப்போ தூங்கு. நாளைக்கு வேலைக்குப் போகணும்" எனச் சொல்லிவிட்டு, போர்வையை இழுத்துப் போர்த்திக் கொண்டாள் தேவி.

ஏழு மணிக்கு அடித்த அலாரத்தை அணைத்து விட்டு மீண்டும் ஒரு குட்டித்தூக்கத்தைப் போடலாம் என நினைத்துப் படுத்த மகாலிங்கத்தை ஃபோன் சத்தம் எழுப்பியது.

"வணக்கம் தினேஷ் சார் சொல்லுங்க."

"பத்து மணிக்கு அந்தப் பொண்ணை குடோனுக்குக் கூட்டிட்டுப் போய் விடுங்க. அங்க ஆள் இருப்பாங்க. நான் ஃபோன் பண்ணிச் சொல்லிடுறேன்."

"ஓகே சார்" எனச் சொல்லிவிட்டு ஃபோன் இணைப்பைத் துண்டித்து விட்டு சங்கருக்கு ஃபோன் பண்ணி சுமதியை அழைத்துக் கொண்டு குடோனுக்கு வரச் சொல்லி விட்டு, மகாலிங்கம் கிளம்பி குடோனுக்கு வந்தான். சங்கர், சுமதி இருவரும் ஆட்டோவில் வந்தார்கள்.

"சார் நீங்க மகாலிங்கமா?" எனக் கேட்டார் காவலாளி.

"ஆமா"

"இவங்க தான் வேலைக்கு வராங்களா?"

சுமதியைப் பார்த்துக் கொண்டே மகாலிங்கத்திடம் கேட்டார் காவலாளி.

"ஆமா இவங்கதான். ஃபோன் பண்ணாரா தினேஷ் சார்?"

"ஆமா சொன்னாரு."

"நீங்க விட்டுட்டுப் போங்க சார். நான் பார்த்துக்கிறேன்" எனச் சொல்லிவிட்டு, சுமதியை உள்ள அழைத்துக் கொண்டு போய் என்ன வேலை என்று சொல்லிக் கொடுத்தார் காவலாளி.

பாண்டிச்சேரியில் ஒரு பாரில் இடுக்கனும் வம்பனும் குடித்துக் கொண்டு இருந்தார்கள். அதிகமாகக் குடித்துவிட்ட இடுக்கனைப் பார்த்து, "இடுக்கா ரொம்ப குடிக்காத. நாளைக்கு நம்ம சென்னைக்குப் போணும்" எனச் சொல்லிக் கொண்டு இடுக்கன் கையில் இருந்த பாட்டிலைப் பிடுங்கினான் வம்பன்.

“அதான் லீவ் சொல்லியாச்சுல. குடுடா” எனக் கேட்டு வம்பன் கையில் இருந்த பாட்டிலைப் பிடுங்கினான் இடுக்கன். இருவரும் பாட்டிலை மாறி மாறி இழுக்கவும், கை நழுவி பாட்டில் கீழே விழுந்து உடைந்து பக்கத்தில் இருந்தவரின் காலைக் கிழித்துவிட, ரத்தம் ஆறாக ஓடியது. அதைப் பார்த்து, இடுக்கனுக்கும் வம்பனுக்கும் தர்ம அடி கொடுத்துப் போலீசில் ஒப்படைத்து விட்டார்கள். போலீஸ்காரர்களும் அவர்கள் பங்கிற்குக் கொஞ்சம் கொடுத்தார்கள். அரை போதையில் இருந்த வம்பனை விசாரணை செய்ததில் தினேஷ் நம்பரைக் கொடுத்தான் வம்பன். ஃபோனை வம்பன் கையில் கொடுத்து, “நீயே கால் பண்ணிப் பேசு” என்றார் போலீஸ்காரர். வம்பனும் ஃபோன் பண்ணினான்.

“ஹலோ யாரு?”

“சார் நான் தான் வம்பன் பேசுறேன் சார்.”

“என்ன சீக்கிரம் சொல்லு. எனக்கு வேலை இருக்கு” என வியாபாரம் பேசிக் கொண்டிருக்கும் போது ஃபோன் வந்ததால் கொஞ்சம் எரிச்சலுடன் கேட்டார் தினேஷ்.

“சார் பாண்டியில் ஒரு பிரச்சனை. போலீஸ்ல...” என வம்பன் பேசி முடிக்கும் முன், வம்பன் கையில் இருக்கும் கைபேசியை இன்ஸ்பெக்டர் பிடுங்கி, “சார் நான் இன்ஸ்பெக்டர் பேசுறேன். அவங்களுக்கு நீங்க என்ன வேணும்?” எனக் கேட்டார்.

“எங்கிட்ட வேலை செய்றாங்க. அவ்ளோ தான் சார்” என்றார் தினேஷ்.

“இவனுங்க சொந்தக்காரங்க யார் நம்பராவது கொடுங்க சார்” என இன்ஸ்பெக்டர் கேட்டார்.

“எனக்கு யாரையும் தெரியாது சார். என்ன பண்ணானுங்க சார்?” எனக் கேட்டார் தினேஷ்.

“பார்ல சண்டை போட்டு ஒர்த்தன் காலை வெட்டிட்டானுங்க...” என இன்ஸ்பெக்டர் பேசிக் கொண்டிருக்க, இடையில் வம்பன், “நாங்க வெட்டல சார். பாட்டில் கீழ விழுந்து உடைஞ்சு அவன் கால்ல குத்திரிச்சி சார்” எனக் குரலை உயர்த்தி சொன்னான் அரை போதையில் இருந்த வம்பன்.

மொபைல் மைக்கைப் பொத்திக் கொண்டு, ஷு காலால் வம்பனை ஓங்கி நாலு மிதி மிதித்து, தன் உதட்டின் மேல் ஆள்காட்டி விரலினை வைத்து, ‘உஷ்ஷ்...’ என இன்ஸ்பெக்டர் சொல்லவும்

பயத்தால் நடுங்கினான் வம்பன். மொபைல் மைக்கில் இருந்து கையை எடுத்துவிட்டுத் தொடர்ந்தார் இன்ஸ்பெக்டர். "எஃப்.ஐ.ஆர். போட்டிருக்கு. நாளைக்குக் கோர்ட்டுக்குக் கூட்டிட்டுப் போறேன்."

"ஓகே. போங்க சார்."

"கோர்ட்டுக்குக் கூட்டிட்டுப் போய்ட்டா பதினஞ்சி நாள் காவல்ல தான் இருக்கணும். வெளிய வரமுடியாது" என்றார் இன்ஸ்பெக்டர்.

"என்னை என்ன பண்ணச் சொல்றீங்க?" எனக் கேட்டார் தினேஷ்.

"என்ன சார்? இதையெல்லாமா நான் சொல்றது! அடிபட்ட ஆளுக்கு ஏதாவது கொடுத்துட்டு, அப்படியே கோர்ட்ல கட்டுற அபராதத்தை ஸ்டேஷன்ல பாதி கட்டினால் போதும். அவங்கள விட்டுடுறேன் சார்."

"பரவால சார். நீங்க என்ன பண்ணன்னுமோ அதைப் பண்ணுங்க. தப்புப் பண்ணவன பணம் கொடுத்து வெளிய கூட்டிட்டு வந்தா அவனுங்க எப்படித் திருந்துவானுங்க? இது விஷயமா இனி எனக்குக் கால் பண்ணாதீங்க சார். எனக்கு வேலை இருக்கு" எனச் சொல்லிவிட்டு இணைப்பைத் துண்டித்தார் தினேஷ்.

பணம் கிடைக்கும் என எதிர்பார்த்த இன்ஸ்பெக்டர், 'இவனுங்களால சல்லிப்பைசா கிடைக்காது' எனத் தெரிந்ததும் கோவம் தலைக்கு ஏறியது. ஏறிய கோவத்தை எல்லாம் இடுக்கன் மேலேயும், வம்பன் மேலேயும் இறக்கி வைத்த இன்ஸ்பெக்டர், "யோவ் ஏட்டு! இவனுங்க ரெண்டு பேரையும் ஒரு மாசத்துக்கு ஸ்டேஷன்ல வேலைக்கு வெச்சிக்கோ. ஒரே நேரத்துல ரெண்டு பேரையும் வெளிய விடாத. எஸ்கேப் ஆய்டுவானுங்க. ஒருத்தனைப் பூட்டி வை. ஒருத்தன் வேலை செய்யட்டும்" எனச் சொல்லிக் கொண்டே இடுக்கனையும் வம்பனையும் ஒரு மிதி விட்டார் இன்ஸ்பெக்டர்.

◯

13

சாந்தியும் செல்வியும் வேலை தேடி, நாள் முழுவதும் அலைந்து எந்த வாய்ப்பும் கிடைக்காமல் பேசிக் கொண்டு இருந்தார்கள். “அக்கா, பேசாம மண்டை ஓடு மகாலிங்கம்கிட்ட கேக்கலாமா?” எனக் கேட்டாள் செல்வி.

“நம்மள பத்தித் தெரிஞ்சவங்க கிட்ட வேலை கேக்க வேணாம். அவங்களுக்கு நல்லது இல்ல. நமக்கும் நல்லதில்ல. முடிஞ்ச வரைக்கும் நாம பாத்துக்கலாம்” என்றாள் சாந்தி.

“அப்போ சுமதிக்கு மட்டும் மகாலிங்கம்கிட்ட சொல்லி வேலை வாங்கித் தந்த? “

“சுமதியும் நம்மளும் ஒன்னா? மகாலிங்கம் நமக்கு வேலைக்குச் சொல்ற இடத்தில் நம்மள பத்தியும் சொல்வான். நாம அங்க நிம்மதியா வேலை செய்ய முடியாது. கவலைய விடு. நாளைக்கு எப்படியும் வேலை கிடைச்சிடும். சங்கர் அண்ணனுக்கு ஃபோன் பண்ணி சுமதி வேலைக்கு போயிட்டாளான்னு கேக்கறேன்” என ஃபோன் செய்தாள் சாந்தி. சங்கர் எடுக்கவில்லை. மறுபடியும் பண்ணினாள். அப்பவும் எடுக்கவில்லை.

“அவர் எடுக்கல.”

“மகாலிங்கத்துக்குப் பண்ணிப் பாரு.”

“வேணாம். அண்ணா மிஸ்டு கால் பார்த்துட்டுப் பண்ணும்” எனச் சொன்னாள் சாந்தி.

‘மணி ஆயிடுச்சு. நைட்டு நாம எங்க போறது? இங்க தங்கவும் முடியாது. என்ன பண்ணலாம்?’ என இப்படி பல சிந்தனையில் இருந்தாள் சுமதி.

“மேடம், மேடம். மணி ஆயிடுச்சி. நீங்க வீட்டுக்குப் போகலையா?” என சுமதியைக் கேட்டார் காவலாளி.

"போகணும்" எனச் சொல்லிவிட்டு நாற்காலியில் உட்கார்ந்து இருந்தாள் சுமதி.

'கிளம்புவாங்க' என எதிர்பார்த்து காவலாளி நின்றிருந்தார். ஐந்து நிமிடம் ஆனது, பத்து நிமிடம் ஆனது, சுமதி கிளம்புகின்ற மாதிரி தெரியவில்லை. "அம்மா நீங்க கிளம்பினீங்கன்னா நான் கேட்டைப் பூட்டிக்குவேன்" எனச் சொன்னார் காவலாளி.

என்ன செய்வதெனத் தெரியாமல் வெளியே வந்தாள் சுமதி. காவலாளி கதவைப் பூட்டி விட்டு அவரும் வெளியே வந்தார். "எங்கம்மா போகணும் நீ?" எனக் கேட்டார் காவலாளி.

"வந்து கூட்டிட்டுப் போவாங்க" எனத் தயக்கத்துடன் சொன்னாள் சுமதி.

"டீ சாப்பிடப் போறேன். உங்களுக்கு வேணுமா மேடம்?"

"வாங்கிட்டு வாங்க" எனச் சொல்லி பணம் கொடுத்தாள்.

சாந்தியின் ஃபோன் ஒலித்தது. சங்கரிடமிருந்து அழைப்பு வந்திருந்தது. "அண்ணா எங்க இருக்கீங்கண்ணா. சுமதி வேலைக்குப் போயிட்டாளா?" என விசாரித்தாள்.

"காலைல பத்து மணிக்கு வேலை செய்ற இடத்துல விட்டுட்டு வந்தேன். சூப்பர்வைசர் வேலை சாந்தி."

"சாப்பாடு, தங்கறது எல்லாம் எப்படி அண்ணா கேட்டீங்களா?"

"அதைக் கேக்கல."

"அங்க வேலை செய்றவங்க யார் ஃபோன் நம்பராவது வாங்கிட்டு வந்தீங்களாண்ணா?"

"இல்ல சாந்தி."

"அண்ணா பக்கத்துல இருந்தா கொஞ்சம் போய்ப் பாருங்கண்ணா" என்றாள் சாந்தி.

"சவாரி வந்திருக்கேன். நான் போக நேரமாகும். பல்லாவரம் மர டிப்போ தான் சுமதி வேலை செய்ற இடம்; நீ போய்ப் பாரு!" என்றான் சங்கர்.

"நான் மண்டைக்கு ஃபோன் பண்ணிப் பாக்குறேன்ணா" எனச் சொல்லி சங்கர் லைன் கட் பண்ணிட்டு மண்டை ஓடு மகாலிங்கத்துக்கு ஃபோன் பண்ணினாள் சாந்தி.

ஒரே ரிங்கில் ஃபோனை எடுத்து, "ஹலோ எப்படி இருக்க சாந்தி? நீ சொன்ன பொண்ணுக்கு சூப்பர்வைசர் வேலை வாங்கிக் கொடுத்துட்டேன்."

"தெரியும்; சொன்னாங்க. அங்க தங்க வசதி இருக்கா?"

"தெரில. அதைப் பத்தி எங்கிட்ட எதுவும் சொல்லல. நானும் கேக்கல" எனச் சொன்னான் மகாலிங்கம்.

"அந்தப் பொண்ணு ஊர்ல இருந்து வந்திருக்கு. எங்க கூட தங்க வைக்க வேணான்னு தோணுது. அங்கயே தங்க இடம் இருக்கா?"

"நான் அந்த முதலாளிக்கு ஃபோன் பண்ணிக் கேட்டுட்டுச் சொல்றேன்; ஒரு நிமிஷம் வெய்ட் பண்ணு" என சாந்தியின் இணைப்பைத் துண்டிக்காமல், தினேஷ்க்கு ஃபோன் பண்ணி விவரத்தைக் கேட்டார். தினேஷ், "நான் வர்றதற்கு ரெண்டு நாளாகும். வந்து சொல்றேன்" எனச் சொல்லிவிட்டு தினேஷ் இணைப்பைத் துண்டித்து விட்டார்.

"ஹலோ! சாந்தி லைன்ல இருக்கியா?"

"இருக்கேன் சொல்லு."

"அவர் ஊர்ல இல்லை. வரவரைக்கும் உன் கூட தங்க வச்சிக்கோ சாந்தி."

"அங்க இருக்கவங்க யாரு நம்பராவது இருந்தா கொடு" எனக் கேட்டாள் சாந்தி.

"வாட்ச்மேன் நம்பர் சொல்றேன். நோட் பண்ணிக்கோ" எனச் சொல்லி எண்ணைக் கொடுத்தான் மண்டை ஓடு மகாலிங்கம்.

காவலாளிக்கு ஃபோன் பண்ணினாள் சாந்தி.

"ஹலோ யாரு?" என காது ஜவ்வு கிழியும் அளவுக்குக் கத்தினான் காவலாளி.

காவலாளி கத்தியதில் காதில் இருந்து ஃபோனை 'டக்'கென எடுத்தாள் சாந்தி. அதைப் பார்த்த செல்வி, "என்னக்கா என்ன?" எனக் கேட்டாள்.

"ஒன்னும் இல்லைடி" எனச் சொல்லிக் கொண்டே ஃபோனை செல்வி காதில் வைத்தாள் சாந்தி.

கொஞ்சமும் குறையாமல் அதே சத்தத்துடன், "ஹலோ..." எனக் கேட்டதும், காதின் ஜவ்வு கிழிந்ததுபோல் வலிக்கவே, ஃபோனைத் தட்டிவிட்டாள் செல்வி.

"அடி லூசு! லூசு!" எனச் சொல்லிக் கொண்டு ஃபோனை எடுத்துப் பார்த்தாள். ஃபோன் மூச்சு பேச்சு இல்லாமல் இருந்தது. செல்வியைப் பார்த்தாள்; ஃபோனையும் பார்த்தாள். என்ன சொல்வதென்று

தெரியாமல் தலையில் அடித்துக் கொண்டு எதிரில் வரும் ஆட்டோவை கை அசைத்து நிறுத்தினாள் சாந்தி. பயம் ஒருபக்கம் இருந்தாலும், சிரிப்பு தான் செல்வி முகத்தில் வெளியே தெரிந்தது .

ஆட்டோ ஒட்டுநரிடம் பல்லாவரம் மர டிப்போக்குப் போகும்படி சொல்லிவிட்டு, ஃபோன் பேட்டரியைக் கழட்டி மீண்டும் போட்டுப் பார்த்தாள். ஃபோன் ஆன் ஆகி மீண்டும் ஆஃப் ஆனது. இதைப் பார்த்தால் திட்டு விழும் என்று வேடிக்கை பார்ப்பது போல் முகத்தைத் திருப்பியவள் திருப்பியவள்தான்.

“அண்ணா இங்கயே நிறுத்துங்க. “

ஆட்டோ ஓரமாக நின்றது. இருவரும் இறங்கினார்கள். ‘எவ்ளோ ஆச்சுண்ணா?’ எனக் கேட்டு பணத்தைக் கொடுத்தாள் சாந்தி. பல்லாவரம் மர டிப்போ வாசலில் சுமதி நிற்பது தெரிந்தது. சில நிமிடம் யோசனையில் ஆழ்ந்தாள் சாந்தி.

“அக்கா” என செல்வி கூப்பிட்டதும் திரும்பிப் பார்த்தாள் சாந்தி. அவள் பார்த்த பார்வை செல்விக்கு தான் நினைத்ததை சொல்லலாமா வேண்டாமா என தயக்கம் வந்ததும் மௌனம் ஆனாள்.

“என்னடி சொல்லு?”

“இப்படிப் பார்த்தா எப்படிச் சொல்றது? நான் வேணும்னா தட்டிவிட்டேன்?”

“சாரி. சரி சொல்லு.”

“நாம வந்த ஆட்டோல சுமதிய சங்கர் அண்ணன் வீட்டுக்கு அனுப்பி வைக்கலாம். என்ன?” எனச் சொன்னாள் செல்வி.

செல்வி சொன்னது சரியென்று படவே சங்கருக்கு ஃபோன் பண்ணி, “ஒரு ஆட்டோ அனுப்புறேன். அதில் சுமதிய வீட்டுக்கு போகச் சொல்லுங்க. நீங்க சொல்ற மாதிரி வாட்ச்மேன்கிட்ட சொல்லுங்க” என்றாள் சாந்தி.

“சாந்தி அக்கா.. சாந்திக்கா.. சாந்திக்கா..” என்று டிவி சேனல் வேனிலிருந்து கத்தினான் பாண்டி.

“அக்கா உங்களை யாரோ கூப்பிடுற மாதிரி இருக்கு அக்கா” என்றாள் செல்வி.

“எனக்கும் கேட்டுச்சி. நம்மை எதுக்குக் கூப்பிடுவானுங்க? காதுல வாங்காத வா” எனச் சொல்லி செல்வி கையைப் பிடித்துக் கொண்டு வீடு இருக்கும் திசையில் ‘விறுவிறு’வென நடந்தாள் சாந்தி.

"அண்ணா கொஞ்சம் வண்டியை ஓரமா நிறுத்துங்கண்ணா" என எதிரில் போகும் சாந்தியைப் பார்த்துக் கொண்டு படபடப்புடன் சொன்னான் பாண்டி.

"உனக்கு இதே வேலையா போச்சு. நாம இப்பவே லேட். இப்ப இங்க நின்னா இன்னும் லேட்டாகும். வண்டி ஓட்றது நான் தான். லேட்டா போனா என்னோட வேலைதான் போகும்" எனச் சொல்லிக் கொண்டே வேன் ஆக்சிலேட்டரை அழுத்தினார் ஓட்டுநர்.

கண்ணுக்கு எதிரில் போகும் சாந்தியிடம் பேச முடியாமல் போனதை நினைத்து தலையில் அடித்துக் கொண்டான் பாண்டி. அப்போது அவன் ஃபோன் ஒலித்தது.

"ஹலோ..."

"நான்தாப்பா செஞ்சிலருந்து டேவிட் பேசுறேன். எப்படி இருக்க தம்பி?"

"சார் நான் நல்லாருக்கேன். இப்போ தான் சாந்தி அக்காவைப் பார்த்தேன் "

"சூப்பர், சூப்பர். சுமதி எப்படி இருக்கா?"

"சார் நான் வேன்ல இருந்து பார்த்தேன். பேச முடியாம போச்சு. அவங்கள மட்டும் தான் பாத்தேன். கூட சுமதி இல்ல சார்."

"என்னப்பா! நல்ல சான்ஸ இப்படி மிஸ் பண்ணிட்ட? சரி இது என்னோட நம்பர் தான். என்னால சாந்தி நம்பரை எடுக்க முடியல. இனி சுமதி ஊருக்கு வந்தா தான் ஆச்சு".

"ஓகே சார். அவங்க வீடு தாம்பரத்தில் தான் எங்கயோ இருக்கு. என் வேலை முடிஞ்சதும் நான் வந்து தேடுறேன்."

" ஓகே பை" எனச் சொல்லி இணைப்பைத் துண்டித்தார் டேவிட்.

'வீடு கட்டணும். சுமதி கிட்ட அனுமதி வாங்கணும். வீடு அவளுக்குத்தான் என்றாலும், நாளைக்கு யார கேட்டு எங்க இடத்தில் வீடு கட்டுனீங்கன்னு ஒரு வார்த்தை கேட்டுடக்கூடாது' என்று யோசனையில் இருந்தார் டேவிட். பலத்த யோசனைக்குப் பிறகு ஒரு முடிவுக்கு வந்தார். 'ஊர் பெரியவங்க நாலு பேரைக் கூட வெச்சிக்கிட்டு வீட்டு வேலையைத் தொடங்கலாம். மத்ததை அப்பறம் பார்த்துக்கலாம்' என உடனேயே அதற்கான வேலையில் இறங்கினார் டேவிட்.

சாந்தியும் செல்வியும் மொபைல் சர்வீஸ் கடைக்கு வந்தார்கள். "மொபைல் கீழ விழுந்து ஆஃப் ஆயிடுச்சு" எனச் சொன்னாள் சாந்தி.

மொபைலை வாங்கி கழட்டிப் பார்த்து, "போர்டு ஷார்ட் ஆயிடுச்சி. வெயிட் பண்ணுங்க. வேற போர்டு மாத்தித் தரேன். ஆனா மொபைல்ல இருக்கும் நம்பர் எதுவும் இருக்காது. பரவாலயா? சிம்ல இருக்கும் நம்பர் அப்படியே இருக்கும்."

"சரி பண்ணுங்க."

ஒரு மணி நேரத்தில் மொபைல் கையில் வந்ததும் சங்கர் நம்பர் இருக்கின்றதா எனப் பார்த்தாள் சாந்தி. இருந்தது. சங்கரை அழைத்தாள்.

"அண்ணா பக்கத்துல இருந்த வாங்கண்ணா. நானும் செல்வியும் க்ரோம்பேட்டைல இருக்கோம்."

"நான் மௌன்ட் ரோடு வந்திருக்கேன் சாந்தி. என்னை எதிர்பாக்காதீங்க. வேற ஆட்டோ பிடிச்சிப் போங்க. வண்டி ஓட்றேன். அப்பறம் பேசுறேன்."

இருவரும் வேறு ஆட்டோவில் வீட்டுக்குக் கிளம்பினார்கள்.

○

14

இடுக்கனும் வம்பனும் கொடுத்த வேலையெல்லாம் முடித்துவிட்டு ஒரு மூலையில் உட்கார்ந்து, “வம்பா நாளைக்கு இங்கருந்து போறோம்” என்றான்.

“எப்படிடா? உன்னை வேலை செய்ய வெளிய விட்டா என்னை உள்ள வெச்சி பூட்றானுங்க. என்னை வெளிய விட்டா உன்னை உள்ள வெச்சி பூட்றானுங்க. எப்படிப் போறது? அப்படியே போனாலும் யாராவது ஒருத்தர் தான் போகமுடியும்” என்று கிசுகிசுத்தான் வம்பன்.

“நாளைக்கு அநேகமா நீதான் வெளிய இருப்ப. நீ தப்பிச்சி போய்டு” என்றான் இடுக்கன்.

“நான் போயிட்டா நீ மாட்டிக்குவே! உன்னைச் சட்னியா ஆக்கிடுவாங்க” எனறான் வம்பன்.

“என்னைப் பத்திக் கவலைப்படாத. நான் வந்திடுவேன். நீ பாண்டியைத் தாண்டி போய்ட்டு மரக்காணம் முருகன் கோயில்ல இரு. நான் வர வரைக்கும் நீ அங்கேயே இரு. நீ போறதுக்கு முன்னாடி எனக்கு ஒரு ப்ளேடு வாங்கிக் கொடுத்துட்டுப் போ” என்றான் இடுக்கன்.

மறுநாள் காலை இடுக்கன் சொன்னது போலவே வம்பன் தான் வெளியே இருந்தான். வம்பனைக் காவலர்கள் தேநீர் வாங்கி வரச் சொல்லி அனுப்பினார்கள். தேநீர் வாங்கிக்கொண்டு வரும்போது ப்ளேடு ஒன்றை வாங்கிக் கொண்டு வந்து யாருக்கும் தெரியாமல் இடுக்கன் இருக்கும் அறைக்குள் போட்டுவிட்டு தேநீரை அங்கிருக்கும் மேஜை மேல் வைத்துவிட்டு கண் இமைக்கும் நேரத்தில் போலீஸ் ஸ்டேஷனை விட்டு வெளியேறினான் வம்பன்.

“சார்! டீ வாங்கிட்டு வந்தாச்சா? “ எனறு கேட்டார் காவலர் ஒருவர்.

"வாங்கிட்டு வந்தான். ஆனா ஆளைக் காணோம். யாருக்கும் டீ குட ஊத்தித் தரல" என்றார் இன்னொரு காவலர்.

"வெய்ட் பண்ணுப்பா. கடைக்கு எங்கயாவது போயிருப்பான்" எனச் சொன்னார் ஒரு காவலர்.

இரண்டு மணி நேரமாகியும் வம்பன் வராததால் இன்ஸ்பெக்டர்க்கு ஃபோன் பண்ணிச் சொன்னார்கள்.

"நான் முக்கியமான மீட்டிங்ல இருக்கேன். வந்து பாத்துக்குறேன்" எனச் சொன்னார் இன்ஸ்பெக்டர்.

இதையெல்லாம் கேட்டுக் கொண்டிருந்த இடுக்கன், "சார் என்ன பண்ணீங்க? வம்பனைக் கொன்னுட்டீங்களா? எஃப்.ஐ.ஆர். போடாம இருக்கும்போதே நெனச்சேன். என்னையும் கொன்னுடுவீங்க. உங்க கையால சாவுறதுக்கு நானே செத்துப் போறேன்" எனறு சொல்லிக் கொண்டு தான் கழுத்தில் பிளேட் வெச்சு அழுத்தினான் இடுக்கன்.

"டேய், டேய். இருடா. பொறுமையா இருடா. நாங்க ஒன்னும் பண்ணல அவனை. கடைக்குப் போனான். இன்னும் வரல நாங்களும் தேடிட்டுத்தான் இருக்கோம்" என்று சொல்லி இடுக்கனை சமாதானம் பண்ணப் பார்த்தார் ஏட்டு.

இடுக்கன் பிளேடை இன்னும் கொஞ்சம் கழுத்தில் அழுத்திக் கொண்டு, "சார் லாக்கப்ல நான் செத்தா என்ன ஆகும்ன்னு தெரியும்ல?" என மிரட்டும் தோரணையில் பேசினான் இடுக்கன்.

"என்ன ஆகும்? பொறுக்கி. இங்கயே உன்னைக் கொன்னு பொதச்சா யாரு கேப்பா? உம் மேல எஃப்.ஐ. ஆர். இல்ல. நீ செத்தாலும் எங்களுக்கு ஒன்னும் இல்ல. ஏதோ குடிபோதைல பண்ணிட்டீங்கன்னு ஒரு பத்து நாள் வெச்சிருந்து அனுப்பலாம்னு பார்த்தா!" எனப் போலீஸ்கே உண்டான திமிரில் பேசினார் எஸ்.ஐ.

"சார், வெளிய தொறந்து விடுங்க சார். போகட்டும். இன்ஸ்பெக்டர் வந்தா சொல்லிக்கலாம்" என ஏட்டு சொல்லிக் கொண்டிருக்கும் போதே கோவமாக உள்ளே நுழைந்தார் இன்ஸ்பெக்டர்.

அங்கே நடந்த விவரத்தை இன்ஸ்பெக்டரிடம் சொன்னார்கள். அவர் முகம் இன்னும் கோவத்தில் சிவந்தது. இடுக்கன் அறையைத் திறந்து பிளேட் வைத்திருந்த அவனது கையைப் பிடித்து முறுக்கிக் குனிய வைத்து முதுகில் கும்மு கும்மு என நாலு குத்து விட்டு முடியைப் பிடித்துத் தரதரவென வெளியே இழுத்து வந்து, "ஓடிப் போயிடு. என் கண் எதிர்ல நிக்காத" எனக் கத்திவிட்டு, அப்படியே

தினேஷ்க்கு ஃபோன் பண்ணி நடந்த விஷயங்களைச் சொல்லி, 'அவங்களை எல்லாம் வேலைக்கு வெச்சிக்கிட்டா உங்க உயிருக்கே ஆபத்து சார்' என எச்சரித்தார் இன்ஸ்பெக்டர்.

விட்டால் போதும் என்பது போல் சிட்டாகப் பறந்து மரக்கானத்தில் காத்திருக்கும் வம்பனிடம் வந்தான். ஆச்சரியத்துடன், "டேய் எப்படிடா எஸ்கேப் ஆன? நீ வருவன்னு நம்பிக்கையே இல்லாம இருந்தேன்" என்றான்.

"ஐய்யாக்கு இதுலாம் சப்ப மேட்டர்" என பெருமை பீற்றிக் கொண்டான்.

இருவரும் மர குடோனுக்கு வந்து, "என்ன பெருசு? ஊர்லருந்து ஓனர் வந்துட்டாரா?" என காவலாளியைப் பார்த்துக் கேட்டுக் கொண்டே குடோனுக்கு உள்ளே நுழைந்தர்கள்.

அன்று அறுக்கப்படும் மரங்களைத் தனியாக எடுக்கச் சொல்லி ஆட்களை வேலை வாங்கிக் கொண்டிருக்கும் சுமதியைப் பார்த்தான் வம்பன்.

சுமதி இருக்கும் திசையில் கையை நீட்டி, "இடுக்கா... அங்க பாரு யாருன்னு!" என்றான் வம்பன்.

வம்பன் தலை மயிரைப் பிடித்திழுத்து கன்னத்தில் 'இச்' என முத்தம் கொடுத்து, "கடவுள் நம்ம கூடத்தான் இருக்கான்டா" என்றான். 'நினைத்தல்லாம் நடந்துவிட்டால் தெய்வம் ஏதுமில்லை' எனப் பாடல் ஒலித்தது. அது வெளிய இருக்கும் காவலாளிக்கு தினேஷ் ஃபோன் பண்ணதால் வந்த சத்தம் தான்.

"வணக்கம் சார்."

"இடுக்கனும் வம்பனும் வந்தா வேலைக்கு வரவேணான்னு சொல்லு."

"இப்போதான் ரெண்டுபேரும் உள்ள போனாங்க சார்."

"வெளிய அனுப்பிடு. நான் லைன்ல இருக்கேன்" என தினேஷ் சொன்னதும் உள்ளே விரைந்தார் காவலாளி. சுமதி இடுக்கன் வம்பன் மூவரும் இருந்தார்கள்.

இடுக்கன் சுமதியிடம், "வாம்மா. எப்படி இங்க? பாம்புக்குப் பயந்து வலையில் இருந்து ஓடும் எலி. ஆனா இங்க முதல் முறையா பாம்பு இருக்கும் வலையைத் தேடி ஒரு எலி வந்திருக்கு" எனச் சொல்லிச் சிரித்தான் இடுக்கன்.

“எதுக்கு இப்படிப் பண்றீங்க? உங்களுக்கு இரக்கமே இல்லையா? எங்க போனாலும் வந்து வம்பு பண்றீங்க? என்னை உங்க கூட பொறந்த பொண்ணா பாருங்கண்ணா” என்று சொல்லி கை எடுத்துக் கும்பிட்டாள் சுமதி.

இடுக்கன் பேசியதையும் சுமதி பேசியதையும் காவலாளி ஃபோன் வழியாகக் கேட்டுக் கொண்டிருந்தார் தினேஷ்.

“தம்பி உங்களுக்கு வேலை இல்லையாம். இனிமே உங்களை வரவேணான்னு சார் சொல்லச் சொன்னார்” எனக் காவலாளி சொன்னதும்,

இடுக்கனுக்குக் கோவம் வந்து சுமதி முடியைப் பிடித்திழுத்து, “என்ன வந்ததும் எங்க வேலைக்கு உலை வெச்சிட்டியா? நீ...” என சண்டை போடும் இடுக்கனைக் காவலாளி மடக்கிக் கதவுக்கு வெளியே தள்ளிக் கொண்டு வந்தார். சுமதியைப் பார்த்துக் கொண்டே இடுக்கணும் வம்பனும் போனார்கள்.

தினேஷ், ‘லைன்ல இருக்கேன்’ எனச் சொன்னது காவலாளிக்கு நினைவு வரவும், “ஹலோ சார் சண்டை சார்” என ஃபோனை எடுத்துச் சொன்னார்.

“கேட்டுக்கிட்டு தான் இருந்தேன். போயிட்டானுங்களா?”

“போயாச்சு சார்.”

“சுமதிய வீட்டுக்குப் போகும்போது பார்த்துப் போகச் சொல்லு. நான் இன்னிக்கு வந்திடுவேன்” எனச் சொல்லிவிட்டு இணைப்பைத் துண்டித்தார் தினேஷ்.

ஊர்ப் பெரியவர்கள் முன்னிலையில், “மேஸ்திரி த்ரீ மன்த்ல வீட்டு வொர்க் முடிங்க. என்னவேணாலும் கேளுங்க. வாங்கித் தரேன். பில்டிங் நல்லா ஸ்ட்ராங்கா இருக்கணும்” எனச் சொல்லி மேஸ்திரியிடம் பணம் கொடுத்தார் டேவிட். பணத்தை வாங்கிக் கொண்டு உடனே வேலையில் இறங்கினார் மேஸ்திரி.

சாந்தியும் செல்வியும் தாம்பரத்தில் பெட்ரோல் பங்க் ஒன்றில் வேலைக்குச் சேர்ந்தார்கள். மூன்று மாதத்தில் சரோஜாவிடம் வாங்கிய பணத்தைக் கொடுக்க வேண்டும் என்று இரவு பகல் பாராமல், இருவரும் ஒரு நாளைக்குப் பதினாறு மணிநேரம் வேலை பார்த்தார்கள். கூடவே தாம்பரத்தில் வேலை என்பதால் சாந்தியும் செல்வியும் முன்பு செய்த தொழிலால் பல இன்னல்களைச் சந்தித்தார்கள். சிலரை அன்பால் பேசியும், சிலரை மிரட்டியும் விட்டாள் சாந்தி.

இன்றாவது சுமதி கண்ணில் படமாட்டாளா என்ற ஏக்கத்துடன் தேடி தாம்பரத்தில் சுற்றிக் கொண்டிருந்த பாண்டி, எதிரில் வரும் சங்கர் ஆட்டோவையும் பாராமல் ஆட்டோ மீது மோதி கீழே விழுந்தான். எழுந்து ஆட்டோ உள்ளே இருந்த சங்கரின் சட்டையைப் பிடித்து இழுத்து, "ஏன்டா ஆட்டோ ஓட்டுன்னா கண்ணு தெரியாதா?" எனக் கேட்டு பளார் பளாரென அறை விட்டான் பாண்டி.

"ஏன்டா கண்ணு தெரியாத கபோதி! நீ வந்து மோதிட்டு என்னையே அடிக்கிறியா?" எனக் கத்திக் கொண்டு ஆட்டோ இருக்கையின் கீழ் இருந்து உருட்டுக்கட்டை ஒன்றை எடுத்து பாண்டியைத் தாக்கினான் சங்கர்.

இருவரும் சாலையில் கட்டி உருண்டு புரண்டதைப் பார்த்தவர்கள் இருவரையும் விலக்கி விட்டார்கள். ஆட்டோவைக் கிளப்பிக் கொண்டு, பாண்டியின் மேல் இருந்த கோவத்தையெல்லாம் ஆட்டோவின் வேகத்தில் காட்டினான் சங்கர்.

கீழே விழுந்து கிடைக்கும் பைக்கைத் தூக்கும்போது, 'இந்த முகத்தை எங்கேயோ பார்த்த ஞாபகம் இருக்கு' என்று நினைத்ததும், 'பெருங்களத்தூரில். இவர் ஆட்டோவைத்தான் அன்னிக்கு உராசிட்டேன்' என பொறி தட்டியது. 'சாந்தி அக்கா, டேவிட் சார்லாம் இவர்கிட்ட நல்லா பேசிட்டு இருந்தாங்க' என்பதையும் நினைவுக்குக் கொண்டுவந்தான். "அப்போ இவரைக் கேட்டா சாந்தி அக்காவைப் பற்றிய தகவல் எதாவது கிடைக்கும்" என வாய்விட்டு சொல்லிக் கொண்டு சங்கரின் ஆட்டோ போன பாதையில் தேடிப் போனான் பாண்டி. போற வர ஆட்டோக்களை எல்லாம் வழி மறித்துப் பார்த்தான். சங்கரின் ஆட்டோவைக் கண்டுபிடிக்க முடியவில்லை. தன் தவறை நினைத்து தலையில் அடித்துக் கொண்ட பாண்டி, டேவிட்டுக்கு ஃபோன் பண்ணி நடந்த விஷயத்தை எல்லாம் சொன்னான்.

சுமதி வேலையை முடித்துவிட்டு வீட்டுக்குக் கிளம்பத் தயாரானாள். தினேஷ், விஜய் இருவரும் அப்போது குடோனுக்குள் நுழைந்தார்கள்.

"சார், மரம் வேணும்னா நாளைக்குக் காலையில் வாங்க. ஓனர் வந்திடுவார். ரேட் எல்லாம் அவருக்குத்தான் தெரியும். நான் புதுசா வேலைக்குச் சேர்ந்து ரெண்டுநாள் தான் ஆகுது" என்று படபடவெனப் பேசினாள் சுமதி.

"அம்மா இவர்தான் ஓனர். இதுக்குத்தான் சொல்றது. ஆபீஸ்ல உங்க ஃபோட்டோ ஒன்னு பெருசா மாட்டுங்கன்னு. இப்ப பாருங்க!" எனச் சொல்லிவிட்டு, "நான் சொன்னா யாரு கேக்குறா?" என்று முணுமுணுத்துக் கொண்டார் விஜய்.

"சாரி சார்! நான் உங்களைப் பார்த்ததில்லை. அதான் மரம் வாங்க வந்தீங்கன்னு நெனச்சிட்டேன்."

"பரவலா. ஓகே, நீங்க போய்ட்டு நாளைக்கு வாங்க" எனச் சொன்னார் தினேஷ்.

◯

15

“இடுக்கா இங்க எதுக்கு நிக்குற?”

“வம்பா அவளை விடக்கூடாது. அவ சூப்பர்வைசர் வேலைக்கு வந்ததும் நம்ம வேலைக்குப் புள்ளி வெச்சிட்டா. அவ உடம்புக்குத்தான் ஆசைப்பட்டேன். ஆனா இனி அந்த உடம்புல உயிர் இருக்கக்கூடாது. அவ வேலைக்கு எப்போ போறா, வீட்டுக்கு எப்போ எப்படி வரான்னு ஃபாலோ பண்றது தான் நம்ம வேலை” என்று வெறி பிடித்த மிருகம் போல் உருமினான் இடுக்கன். சுமதி வருவதைப் பார்த்து இருவரும் பின் தொடரத் தயார் ஆனார்கள்.

காவலாளியிடம் ஃபோன் வாங்கி சங்கருக்குப் பண்ணினாள் சுமதி.

“ஹலோ...”

“அண்ணா சுமதி பேசுறேன். வேலை முடிஞ்சிடுச்சு.”

“சுமதி நான் சவாரி போயிட்டிருக்கேன். நீ ட்ரெயின்ல போ வீட்டுக்கு.”

“அண்ணா நான் ட்ரெயின்ல தனியா போனதில்லைண்ணா. வேற ஆட்டோ பிடிச்சிப் போறேன்” என்றாள் சுமதி.

“செஞ்சிலருந்து தனியாக தான் வந்த சென்னைக்கு? தனியா போய் பழகு சுமதி. பாண்டிய தேடினா மாதிரியும் இருக்கும்” எனச் சொன்னான் சங்கர்.

பாண்டின்னு சொன்னதும் சுமதிக்கு தைரியம் வந்தது போல் தன்னை மறந்து ஃபோன் கட் பண்ணிவிட்டு, “ஓகே அண்ணா, நான் ட்ரெயின்ல போறேன்” என சுமதி சொன்னதைப் பார்த்து, “அம்மா ஃபோனை கட் பண்ணிட்டு யார்கிட்ட பேசிட்டு இருக்கீங்க?” எனக் கேட்டார் காவலாளி.

காவலாளி கேட்டதுக்கு வெட்கத்தைப் பதிலாகத் தந்துவிட்டு சிரித்தபடி குழந்தையைப் போல் ஓடினாள் சுமதி. அந்தச் சிரிப்பைப் பார்த்த இடுக்கனுக்குக் கோபம் பொங்கியது. போகும் பாதையில் எல்லாம் பாண்டியின் முகம் எங்கேயாவது தெரிகிறதா என்று பார்த்துக் கொண்டு போனாள் சுமதி. சீரான இடைவெளி விட்டு இடுக்கனும் வம்பனும் சுமதியைப் பின்தொடர்ந்தார்கள்.

மறுநாள் காலையில் வேலைக்குக் கிளம்பியதும், "அக்கா போயிட்டு வரேன்" என்றாள் சுமதி.

"என்னடி ஜொலிக்கிற ? இரு அண்ணன கூட்டிட்டுப் போய் விடச் சொல்றேன்."

"வேணாம்க்கா. ட்ரெயின்ல போறேன். தனியா போய்ப் பழகணும். அப்படியே பாண்டிய தேடினா மாதிரியும் இருக்கும்" எனச் சொல்லிவிட்டுக் கிளம்பினாள் சுமதி.

இடுக்கனும் வம்பனும் சுமதி வரவை எதிர்பார்த்துக் காத்திருந்தார்கள். அவள் வந்ததும் அவளைப் பின்தொடர்ந்து இருவரும் போனார்கள். சுமதி காவலாளியைப் பார்த்து சிரித்துக் கொண்டே சைகையில் வணக்கம் சொல்லிவிட்டு குடோனுக்குள் நுழைந்தாள். அங்கே தினேஷ், விஜய் இருவரும் இருந்தார்கள். இருவருக்கும் சேர்ந்தாற்போல், " வணக்கம் சார்" என்றாள் சுமதி.

இருவரும் தலையை அசைத்து வணக்கத்தை ஏற்றுக் கொண்டனர். விஜய் ஆபீஸ் ரூமில் ஊருக்குப் போய் விட்டு வந்த வரவு-செலவுக் கணக்கு பார்க்கப் போனார். சுமதி மரம் அறுக்கும் ஆட்களைக் கவனிக்க, தொலைவில் நின்று தினேஷ் சுமதியைப் பார்த்து ரசித்துக் கொண்டிருந்தார் .

இளம் மஞ்சள் புடவை. அதே கலர் ஜாக்கெட். பின்னிய கூந்தல். இடுப்பு வரை நீண்டு நுனி கூந்தல் பின்னாமல் விட்டுவிட்டதால் அது காற்றுடன் விளையாடிக் கொண்டிருந்தது. காதில் முத்து போல் மஞ்சள் கம்மல் என அன்று கொஞ்சம் கூடுதல் அழகுடன் தான் இருந்தாள் சுமதி. பெண் என்றாலே குனிந்த தலை நிமிராமல் பேசும் தினேஷையும் பார்க்க வைத்தது சுமதியின் அழகு.

ஆபீஸ் ரூமில் கணக்குப் பார்த்துக் கொண்டிருந்த விஜயைக் கூப்பிட்டார் தினேஷ்.

"சொல்லுங்க சார்" என ஆபீஸ் ரூமில் இருந்து கொண்டே குரல் கொடுத்தார் விஜய்.

“இங்க வாங்க விஜய்” என தினேஷ் கூப்பிட்டதும் வந்தார் விஜய்.

“விஜய் சுமதி எப்படி இருக்காங்க? இப்படி ஒரு பொண்ணைத்தான் கல்யாணம் பண்ணனும்.”

“இப்படி ஒரு பொண்ணு எதுக்கு? அதுக்கு இந்தப் பொண்ணையே கேட்டுக் கல்யாணம் பண்ணிக்கிங்க சார்.”

“அழகு ஓகே. ஆனா அவங்க குணம் எப்படின்னு தெரியணுமே! விஜய் மண்டை ஓடு மகாலிங்கத்துக்கு ஃபோன் பண்ணி சுமதியின் டீட்டெயில் கேளுங்க” என தினேஷ் சொன்னதும், மகாலிங்கத்திற்கு ஃபோன் பண்ணி விவரத்தைக் கேட்டார் விஜய். இரண்டு நாள் அவகாசம் கேட்ட மகாலிங்கம், “நிறைய தூரம் விசாரிக்கப் போகணும். ரெண்டாயிரம் போட்டு விடுங்க” என்றான்.

“நீ எப்போ சும்மா வேலை பாத்திருக்க? பணம் போட்டுட்டுத்தான் உனக்கு ஃபோன் பண்ணேன்” என்றார் விஜய்.

அன்று முழுவதும் சுமதியைப் பார்த்துப் பார்த்து ரசித்துக் கொண்டிருந்தார் தினேஷ். வேலை நேரம் முடிந்து வெளியே வந்த சுமதி காவலாளியிடம் இருந்து ஃபோன் வாங்கி யார்கிட்டயோ பேசிட்டிருப்பதைப் பார்த்தார் தினேஷ்.

“குமார், சுமதி ஃபோன்ல யார்கிட்ட பேசினாங்க?” எனக் காவலாளியைக் கேட்டார் தினேஷ்.

“தெரியல சார் “

“என்ன பேசினாங்க?”

“அண்ணா நான் ட்ரெயின்ல வீட்டுக்குப் போறேன்னு சொன்னாங்க சார். வேற எதுவும் பேசல.”

“ஓகே”... எனச் சொல்லிக் கொண்டே தூரத்தில் போகும் சுமதியைப் பார்த்தார். சுமதியின் பின் இடுக்கனும் வம்பனும் போவதைப் பார்க்கவில்லை தினேஷ்.

“வம்பா, கத்தி ரெடியா வெச்சிக்கோ. ட்ரெயின் கிளம்பியதும் முதல் குத்து நான்; ரெண்டாவது குத்து நீ. குத்திட்டு ட்ரெயின்ல இருந்து குதிச்சுடு. நீ குதிச்சுதும் நான் குதிக்கிறேன். லேட் பண்ணக்கூடாது புரிதா?” எனப் பேசிக் கொண்டு சுமதியின் பின் தொடர்ந்து போனார்கள்.

ட்ரெயின் ஏறினாள் சுமதி. முகத்தில் கர்சீப் கட்டிக் கொண்டு இடுக்கனும் வம்பனும் ஏறினார்கள். ட்ரெயின் கிளம்பியதும் இடுக்கன்

இடுப்பில் சொருகி வைத்திருந்த கத்தியை எடுக்க முயன்றான். அவன் தோள் பட்டையின் மேல் ஒரு கை தட்டியதும் திரும்பிப் பார்த்தான் இடுக்கன்.

"சார் டிக்கெட் கொடுங்க" எனறார் டிக்கெட் பரிசோதகர்.

"எடுக்கல சார்" என்றான் இடுக்கன்.

இருவருடைய சட்டை காலரையும் பிடித்துக் கொண்டு தாம்பரம் ரயில்வே போலீஸ் ஸ்டேஷன் பக்கமாகக் கூட்டிக் கொண்டு போனார் டிக்கெட் பரிசோதகர். அங்கே அந்த இன்ஸ்பெக்டரைப் பார்த்து, 'சார், சார்' என்று கூப்பிட, இடுக்கனைப் பார்த்தார் இன்ஸ்பெக்டர்.

"என்னடா என்ன பண்ணீங்க ?"

"சார் டிக்கெட் எடுக்கல சார். அவசரத்துல ஏறிட்டோம். அதான் சார்"

"ஃபைன் கட்டிட்டுப் போங்கடா" என்றார் இன்ஸ்பெக்டர்.

"சார், சார், ரூபா இல்ல சார். வேலையும் இல்ல சார்" எனக் கெஞ்சினான் இடுக்கன்.

"டேய் ரெண்டு நாள்ல ஒன்றரை லட்சம் கொடுத்த உனக்கு ஆயிரம் ரூபாய் கஷ்டமா?"

"சார் சாப்பாட்டுக்குக் கூட காசு இல்ல சார்" என்றான் இடுக்கன்.

சிறிது நேரம் யோசனைக்குப் பின், "சார் அவனுங்களை விடுங்க சார்" எனச் சொல்லிவிட்டு ஆயிரம் ரூபாயை இன்ஸ்பெக்டர் கொடுத்தார்.

"சார் ரொம்ப நன்றி சார்" என்றான் இடுக்கன். வம்பனும் நன்றி சொன்னான்.

"டேய் எனக்குப் பணம் வாங்கித் தான் பழக்கம். முதல் முறையா உங்களுக்காகக் கொடுத்து இருக்கேன். எப்பவும் இப்படியே இருக்காது. பாத்து சூதனமா நடந்துக்குங்க" எனச் சொல்லி அனுப்பி வைத்தார் இன்ஸ்பெக்டர்.

"ச்சீ... சொதப்பிட்டாண்டா அந்த டி.டி.ஆர். ரெண்டு நிமிஷம் லேட்டா வந்திருந்தா சுமதி கதையை முடிச்சிட்டு நிம்மதியா இன்னிக்கு சரக்கு போட்டுட்டு அஜால்குஜாலா இருந்திருக்கலாம்" எனச் சொல்லிக்கொண்டு கோபத்தில் கொதித்தான் இடுக்கன்.

"விடுடா எப்படியும் போட்டுடலாம்" என ஆறுதல் சொன்னான் வம்பன்.

DJ டேனியல் / 89

சங்கர்க்கு ஃபோன் பண்ணினான் மண்டை ஓடு மகாலிங்கம். ஒரு ரிங்கில் அட்டெண்ட் பண்ணான் சங்கர்.

“ஹலோ! சுமதி எந்த ஊர்? அவங்க டீட்டெயில் சொல்லுங்க சங்கர். ஓனர் கேட்டார்” எனக் கேட்டான் கேட்டான் மகாலிங்கம்.

“ஊர் செஞ்சி. அம்மா இல்லை. அப்பா இப்போ தான் இறந்தாரு. பாண்டின்னு தன் காதலனைத் தேடிக்கிட்டு சென்னை வந்திருக்கா” எனத் தனக்குத் தெரிந்ததைச் சொன்னான் சங்கர்.

“ஓகே சங்கர்” எனச் சொல்லிட்டு விஜய்க்கு ஃபோன் பண்ணி சங்கர் சொன்ன விவரத்தைச் சொன்னான் மண்டை ஓடு மகாலிங்கம்.

விலை உயர்ந்த மொபைல் ஒன்றை வாங்கி டேபிள் மீது வைத்து விட்டு சுமதி வரவுக்காகக் காத்திருந்தார் தினேஷ். கதவு திறக்கும் சத்தம் கேட்டு எட்டிப் பார்த்தார் தினேஷ். வந்தது சுமதி இல்லை. விஜய்.

“என்ன சார் சீக்கிரம் வந்துட்டீங்க? இது என்ன?” என்று கேட்டுக் கொண்டே மொபைல் பாக்ஸை எடுத்துப் பார்த்தார் விஜய்.

“வைங்க விஜய். அது சுமதிக்கு வாங்கியது.”

“வேஸ்ட் சார். சுமதி லவ்வரைத் தேடிட்டுத்தான் சென்னைக்கு வந்திருக்கா. பேர் பாண்டியாம்” என மகாலிங்கம் சொன்னதை ஒப்பித்தார் விஜய்.

“இருக்கட்டும் விஜய். லவ் பண்ணாத்தான் வாங்கித் தரணுமா? நம்ம கிட்ட வேலை செய்றாங்க. நேத்து வாட்ச்மேன் கிட்ட ஃபோன் வாங்கிப் பேசினாங்க. அதுக்குத்தான் இது. நம்மளும் அடிக்கடி வெளிய போறோம். சூப்பர்வைசர்கிட்ட மொபைல் இருந்தா நல்லதுதானே...” எனச் சொல்லி முடிக்கவும் சுமதி உள்ளே வந்தாள்.

“வணக்கம் சார்... வணக்கம் சார்...” என இருவரையும் பார்த்துச் சொன்னாள் சுமதி.

மொபைல் பாக்ஸைக் கொடுத்து, “சுமதி இதுல என்னோட நம்பர், விஜய் நம்பர், வாட்ச்மேன் நம்பர் இருக்கு, இங்க வேலைல இருக்கும் வரைக்கும் யூஸ் பண்ணிக்கோ” என்றார் தினேஷ்.

“எங்களுக்கு மட்டும் இல்ல. நம்பர் இருந்தா பாண்டிக்குக் கூடப் பண்ணலாம்” எனச் சொல்லிவிட்டு விஜய் திரும்பிக் கொண்டார்.

புரிந்தும் புரியாததைப் போல் பாவனை செய்து கொண்டு புன்முறுவலுடன் அங்கிருந்து நகர்ந்தாள் சுமதி.

16

ஆழ்ந்த உறக்கத்தில் இருந்தவன், மொபைலின் ரிங் டோன் சத்தம் கேட்டு ஃபோனை எடுத்துப் பார்த்தான். டேவிட் எனக் காட்டியதும் தாமதிக்காமல் எடுத்து, "ஹலோ சார் சொல்லுங்க சார்? எப்படி இருக்கீங்க? " என்று விசாரித்தான் பாண்டி.

"நல்லா இருக்கேன் தம்பி. சுமதி பத்தி எதாவது தகவல் கிடைச்சதா?"

"இல்ல சார்."

"நான் இன்னிக்கு தாம்பரம் வரேன். முடிஞ்சா நீங்களும் வாங்களேன். தேடிப் பார்ப்போம்" என்றார் டேவிட்.

"ஓகே சார் ஆபீஸ்க்கு லீவ் சொல்லிட்டு வரேன்" எனச் சொல்லி டேவிட் அழைப்பைத் துண்டித்துவிட்டு ஆபீஸ்க்கு ஃபோன் பண்ணினான் பாண்டி.

"சார், நான் இன்னிக்கு லீவ் சார்" என்றான் பாண்டி.

"யார் ஃபோன் எடுக்குறது, யாரு பேசறதுன்னு எல்லாம் பாக்காதீங்க சார்! நீங்க பாட்டுக்குன்னு பேசுங்க" எனச் சொன்னான் ஆபீஸ் பாய்.

"யோவ் நீ... எதுக்குய்யா ஃபோன் எடுத்த?"

"சார் டேபிள் துடைக்க வந்தேன். ஃபோன் அடிச்சிச்சி. எடுத்தேன் சார். நீங்க இன்னிக்கி வரல. லீவ்தானே! நான் சொல்லிடுறேன் " எனச் சொல்லிக்கொண்டு இருக்கவும் மேனேஜர் உள்ளே நுழைந்தார்.

"யாருய்யா ஃபோன்ல?"

"சார், பாண்டி சாருக்கு இன்னிக்கு லீவ் வேணுமாம்" என ஆபீஸ் பாய் சொன்னதும், ஆபீஸ் பாயிடம் இருந்து ஃபோன் வாங்கி, "பாண்டி ரெண்டுநாள் கூட லீவ் எடுத்துக்கோ. யாராவது ப்ராஸ்ட்டியூட்ட பேட்டி எடுக்கணும் பாத்துக்கோ" எனச் சொன்னார் மேனேஜர்.

"ஓகே சார்" எனச் சொல்லிவிட்டு அழைப்பைத் துண்டித்து டேவிட்டைப் பார்க்கப் புறப்பட்டான் பாண்டி.

தாம்பரம் வந்ததைப் பாண்டிக்கு ஃபோன் பண்ணித் தெரிவித்தார் டேவிட். "நானும் இங்கதான் இருக்கேன்" என்றான் பாண்டி. இருவரும் தாம்பரம் சர்ச் நுழைவுக்குப் பக்கவாட்டில் இருக்கும் தேநீர்க்கடையில் ஒருவருக்கொருவர் கைகொடுத்து நலம் விசாரித்துக் கொண்டார்கள்.

"சொல்லுங்க சார் என்ன பண்ணலாம்? மூணு மாசம் ஆகப்போகுது சுமதி சென்னைக்கு வந்து. இன்னும் எந்தத் தகவலும் தெரியல" என்று சொல்லி வருத்தப்பட்டார் டேவிட்.

"நானும் தேடிக்கிட்டுத் தான் இருக்கேன். எனக்கும் ஒன்னும் புரியல சார்" என்றான் பாண்டி.

"அந்த ஆட்டோக்காரர் முகம் உங்களுக்கு ஞாபகம் இருக்கா பாண்டி?"

"நல்லா ஞாபகம் இருக்கு சார். அவரைச் சந்திச்ச ரெண்டு முறையும் சண்டை தான். மறக்க முடியுமா அந்த முகத்தை?"

"அப்போ இன்னிக்கு ஒரு ஆட்டோ ஸ்டாண்ட் விடாம தேடிப் பார்ப்போம்" என டேவிட் சொன்னதும், 'சரி' என்பதுபோல் தலையை அசைத்துக் கொண்டு பைக்கை எடுத்தான் பாண்டி. இருவரும் ஆட்டோ ஸ்டாண்ட், ஆட்டோ ஸ்டாண்டாகத் தேடித் திரிந்தார்கள்.

"சார் என்ன வேணும்? காலையில் இருந்து ஆட்டோவை மொறச்சி மொறச்சி பாக்கிறீங்க " எனக் கேட்டார் ஒரு ஆட்டோக்காரர்.

"நாங்க ஒருத்தரைத் தேடுறோம். அவரும் ஆட்டோ ட்ரைவர் தான்" என்றான் பாண்டி.

"எந்த ஸ்டாண்ட்?.

"தெரியாது."

"அவர் பேர்?"

"தெரியாது."

"அவர் ஆட்டோ நம்பர்?"

"தெரியாது."

"அவர் ஆட்டோல எதாவது எழுதி இருக்குமா?"

"அப்படி எதுவும் பார்த்த ஞாபகம் இல்ல."

"எதாவது தலைவர், நடிகர், நடிகை போட்டோ கீட்டோ ஒட்டி இருந்ததா?"

"அதான் அப்படி எதுவும் பார்த்த ஞாபகம் இல்லன்னு சொன்னான!" என்றான் பாண்டி.

"எவ்ளோ நாளா தேடுறீங்க?"

"ஒரு மூணு மாசமா."

"மூணு மாசம் இல்ல முப்பது வருஷம் ஆனாலும் உங்களால் கண்டுபிடிக்க முடியாது" என்று சொல்லிவிட்டுப் பாண்டியை ஒரு மாதிரி பார்த்துவிட்டு ஆட்டோவை வேகமாக நகர்த்தினான்.

பாண்டியைப் பார்த்துச் சிரித்தார் டேவிட். பாண்டியும் சின்னதாய்ச் சிரித்தான்.

"ஓகே பாண்டி. இன்னிக்குத் தேடினது போதும். என்னை பஸ் ஸ்டாப் கிட்ட விடுங்க. எந்தத் தகவல் கிடைச்சாலும் சொல்லுங்க. நான் உடனே வரேன். சப்போஸ் சுமதி ஊருக்கு வந்தா நான் கால் பண்றேன் நீங்க வாங்க" என்றார் டேவிட்.

"சரி சார், இங்கயே வெய்ட் பண்ணுங்க. எதிரில் இருக்கும் பெட்ரோல் பங்க்ல பெட்ரோல் போட்டுட்டு வரேன்" எனச் சொல்லிவிட்டு பெட்ரோல் பங்க் வந்தான் பாண்டி. இவனுக்கு முன் நான்கு பேர் பெட்ரோல் போட வரிசையில் இருந்தார்கள்.

"சார் ஆன்லைன் வேலை செய்யல. ஒன்லி கேஷ் மட்டும் தான்" எனச் சொல்லிக் கொண்டு, வருபவர்களிடம் முதலில் பணத்தை வாங்கிக் கொண்டு பெட்ரோல் நிரப்பிக் கொண்டிருந்தாள் செல்வி.

பெட்ரோல் டேன்க் மூடியைத் திறந்து கொண்டிருந்த பாண்டியின் காதுகளில் யாரையோ அறையும் சத்தம் கேட்கவும் சத்தம் வந்த திசையில் நிமிர்ந்து பார்த்தான் பாண்டி.

அரைபோதையில் இருக்கும் ஒருவன் சட்டைக் காலரைப் பிடித்து இழுத்து மீண்டும் அடிக்க முயன்ற செல்வியைப் பக்கத்தில் இருந்தவர்கள் தடுத்து நிறுத்தி, "எதுக்கும்மா அடிக்கிற?" எனக் கேட்டான் ஒருவன்.

"பணத்த கைல தராம மார்ல சொருகி சட்டையைப் பிடிச்சி இழுக்கிறான்" என்றாள் செல்வி.

"ஏய் என்ன ஓவரா சீன் போடுற? நீ யார்னு எனக்குத் தெரியாதா?" என்றான் குடிகாரன்.

"ஆமான்டா நான் தேவிடியா தான். உன்னை மாதிரி ஆளுங்ககிட்ட இருந்து பொண்ணுங்கள காப்பாத்தத் தான்டா நான் தேவடியாவே ஆனேன்" என ஆவேசமாகக் கத்தினாள் செல்வி.

"விடும்மா. அவன்தான் ஏதோ குடிச்சிட்டுப் பண்ணிட்டான்" எனச் சொல்லி அங்கே இருந்தவர்கள் குடிகாரனை விரட்டி விட்டார்கள்.

"அக்கா நீ போய் ஒரு அஞ்சு நிமிஷம் உட்கார்ந்துட்டு வந்து வேலைய பாரு" என்று செல்வியுடன் வேலை பார்க்கும் பெண்கள் சொல்லவே அங்கேயே ஓர் ஓரமாக உட்கார்ந்தாள் செல்வி.

இதையெல்லாம் பார்த்த பாண்டிக்குப் பேட்டி எடுக்க செல்வி சரியாக இருக்கும் எனத் தோன்றியது. ஆனா எப்படிக் கேட்பது என யோசனையில் மெதுவாக செல்வியிடம் பேச்சு கொடுத்தான் பாண்டி.

"அக்கா தண்ணி வேணுமாக்கா?" எனக் கேட்டான் பாண்டி.

மௌனமாக இருந்தாள் செல்வி.

"இந்தமாதிரி ஆளையெல்லாம் சும்மா விடக்கூடாதுக்கா. நீங்க பண்ணதுதான் சரி" என்று சொல்லிக் கொண்டிருக்கையில் டேவிட்டிடம் இருந்து ஃபோன் வந்தது. ஃபோனை எடுத்து, "சார் ஒரு நிமிஷம் வெயிட் பண்ணுங்க சார் வரேன்" எனச் சொல்லிவிட்டு செல்வியிடம் தொடர்ந்தான் பாண்டி.

"அக்கா நான் எதிரொலி டிவியில் வேலை செய்றேன். நீங்க ஒரு பேட்டி தரீங்களா? இந்த மாதிரி ஆளுங்க கிட்ட இருந்து பெண்களைப் பாதுகாக்க உதவியா இருக்கும்" என்றான் பாண்டி.

பாண்டியைப் பார்த்துவிட்டு மௌனமாக இருந்தாள் செல்வி.

"அக்கா முகத்தைக் காட்ட மாட்டோம்க்கா. நான் தான் பேட்டி எடுப்பேன். ப்ளீஸ்க்கா" எனக் கெஞ்சினான் பாண்டி.

பாண்டி கெஞ்சியதைப் பார்த்துச் சிரித்துவிட்டாள் செல்வி. சிரித்துவிட்டு, "எப்போ தரணும் பேட்டி?" எனக் கேட்டாள் செல்வி.

"நாளைக்கு ஓகேவா அக்கா?"

"நாளைக்கு எனக்கு லீவ்தான். நாளைக்கு வா."

"மொபைல் நம்பர் கொடுங்க அக்கா."

"என் கிட்ட ஃபோன் இல்ல. என்னோட அக்கா நம்பர் தரேன்" எனச் சொல்லி சாந்தி நம்பரைக் கொடுத்தாள் செல்வி.

"அக்கா உங்கப் பேர் சொல்லுங்க" எனக் கேட்டு செல்வி பெயரைப் பதிவு பண்ணிக் கொண்டான் பாண்டி.

"நான் கொடுத்த நம்பர்க்கு கால் பண்ணுங்க" என்றாள் செல்வி.

செல்வி கொடுத்த நம்பர்க்கு ஃபோன் பண்ணினான் பாண்டி. ரிங் போனதும் செல்வியிடம் ஃபோன் கொடுத்து, "நீங்களே பேசுங்க" என்றான் பாண்டி.

"ஹலோ அக்கா. செல்வி பேசுறேன் இந்த நம்பர்..." என சாந்தியிடம் பேசிக் கொண்டு பாண்டியைப் பார்த்து, "பேர் சொல்லு?" எனக் கேட்டாள் செல்வி.

"எதிரொலி டிவின்னு போடச் சொல்லுங்க அக்கா" என்றான் பாண்டி.

"அக்கா இந்த நம்பரை எதிரொலின்னு போட்டுவைங்க அக்கா" எனச் சொல்லிட்டு ஃபோனைப் பாண்டியிடம் கொடுத்தாள் செல்வி.

"அக்கா நாளைக்கு ஃபோன் பண்றேன். நான் சொல்ற இடத்துக்கு வந்துருங்க. வந்து போகும் செலவு எல்லாம் நான் பாத்துக்குறேன்" எனப் பேசிக் கொண்டிருக்கும் போது பாண்டியின் ஃபோன் அடித்தது. ஃபோனை எடுத்துப் பார்த்தான்; டேவிட் பண்ணியிருந்தார்.

"அக்கா நாளை காலை கால் பண்றேன்" எனச் சொல்லிக்கொண்டே பைக் ஸ்டார்ட் பண்ணி டேவிட்டிடம் வந்தான் பாண்டி.

"பெட்ரோல் போட்டியா? இல்ல பெட்ரோல் பங்க்கை விலைக்கு வாங்கினியா?" எனக் கிண்டலடித்தார் டேவிட்.

சிரித்தபடி, "தெரிஞ்சவங்க இருந்தாங்க சார். பார்த்துட்டு சும்மா வரமுடியுமா?" என்றான் பாண்டி.

"ஓகே. பஸ் ஸ்டாப்ல விடு என்னை" என்றார் டேவிட்.

டேவிட்டைப் பேருந்து நிறுத்தத்தில் விட்டுவிட்டு வீட்டுக்கு வந்தான் பாண்டி.

O

17

“வட்டி என்னதான் கரெட்டா கட்டினாலும் அசல் கொடுக்க வேண்டிய டேட் வந்தா ஃபோன் பண்றா. ஃபோன் எடுக்கலைன்னா வீட்டுக்கு ஆள் அனுப்புறா. கல்யாணமும் பண்ணிக்கல. தனியாத்தான் இருக்கா. இப்படி அநியாயமா சம்பாதிச்சு என்ன பண்ணப் போறாளோ?” என்று அசல் கொடுக்க வந்தவர் சரோஜா இருப்பதைக் கவனிக்காமல் பக்கத்தில் இருந்தவரிடம் பேசிக் கொண்டிருருந்ததைக் கவனித்தாள் சரோஜா.

அவன் அருகில் வந்த சரோஜா, பேசியவன் காதைப் பிடித்துத் திருகிக் கொண்டு, “துத்தேறி! எல்லாத்தையும் சொல்லும்போது மண்டைய மண்டைய ஆட்டிட்டுத் தானே கை நீட்டி காசு வாங்கின? இந்த மாதிரி வசூல் செய்லன்னா அதான் வட்டி கட்டுறேன்ல அசல் பொறுமையா தரேன்னு நாக்குமேல பல்லைப் போட்டுப் பேசுவே நீ. தேதி மட்டும் தான் தவறாம கட்டச் சொல்றேன். உன்ன மாதிரி ஆளுக்கு நேரம் தவறாம கட்டச் சொல்லணும்” என இன்னும் வேகமாகக் காதைத் திருகிக் கொண்டு, அவன் கையில் இருந்த பணத்தை வாங்கிக் கொண்டு தள்ளிவிட்ட சரோஜா, அந்த மாசம் யாரெல்லாம் அசல் தரணும், யாரெல்லாம் வட்டி தரணும் என்று கணக்கு நோட்டைப் பார்த்தாள்.

“மணி, சாந்திக்கு ஃபோன் பண்ணி மூணு மாசம் முடிய இன்னும் பத்து நாள் தான் இருக்குன்னு ஞாபகப்படுத்து” என்றாள் சரோஜா.

மணியும் ஃபோன் பண்ணி சாந்திக்கு விஷயத்தைச் சொன்னான்.

செல்வி வேலை முடிந்து கிளம்பினாள். சாந்தி அப்போதுதான் வேலைக்கு வந்தாள்.

“செல்வி...”

“என்னக்கா?”

“சரோஜா கிட்ட இருந்து ஃபோன் வந்துச்சு.”

“நம்மகிட்ட இப்போ எவ்ளோ ரூபாய் இருக்கும்?” எனக் கேட்டாள் செல்வி.

“இந்த மாசம் சம்பளம் சேர்த்தால் எண்பது ஆயிரம் வரும்; மீதி என்ன பண்றதுன்னு தெரியல.”

“சார் கிட்ட அட்வான்ஸ் கேப்போம். நீ ஒரு ஐம்பது ஆயிரம் கேளுக்கா. நான் ஒரு ஐம்பது ஆயிரம் கேக்குறேன்” என்றாள் செல்வி.

“ஆமா கேட்டதும் டேபிள் மேல பணத்தை எடுத்து வச்சுட்டுத்தான் மறு வேலை பார்ப்பாரு. அவன் அவன் ரெண்டு வருஷம் மூணு வருஷம் வேலை பாக்கறவன் கேட்டாலே தரமாட்டான்” என அலுத்துக் கொண்டாள் சாந்தி.

“சரிக்கா. எனக்கு டயர்டா இருக்கு. நான் வீட்டுக்குப் போறேன் நாளைக்கு எனக்கு உங்க ஃபோன் வேணும்” என்று சொல்லிவிட்டுக் கிளம்பினாள் செல்வி.

“எதுக்குடி ஃபோன்? “

“எதிரொலி டிவியில் நாளைக்கு என்னைப் பேட்டி எடுக்கக் கூப்பிட்டிருக்காங்க. அவங்க ஃபோன் பண்ணுவாங்க. அதுக்குத் தான்” என்று சொல்லிக் கொண்டே நடந்தவளின் நினைவில் சரோஜாவும், சரோஜா வீட்டில் ஒருவன் தலைகீழாகத் தொங்கிக் கொண்டு இருந்ததும் மின்னலென கண் முன் வந்தது. சரோஜாக்கு எப்படியாவது பணத்தைக் கொடுக்கணும் என்ற யோசனையில் வீட்டுக்கு வந்தவள் சாப்பிடாமல் படுத்துவிட்டாள். படுத்தாள்; ஆனால் தூங்கவில்லை. சரோஜாவின் நினைவு தூங்கவிடவில்லை. சூரியனும் வந்துவிட்டது. சாந்தியும் வந்துவிட்டாள்.

செல்வியின் முகத்தைப் பார்த்து, “என்னடி முகம் எல்லாம் ஒருமாதிரியா இருக்கு?” எனக் கேட்டாள் சாந்தி.

“சரோஜாவ நெனச்சா தூக்கம் வரலக்கா. மீதி பணத்திற்கு என்ன பண்ணப் போறோம்?”

“என்ன பண்றதுன்னு தெரிலடி” என்று சாந்தி பேசிக் கொண்டிருருக்கும்போது ஃபோன் ஒலித்தது.எதிரொலி டிவி பெயரைப் பார்த்து, “உனக்குத்தான்டி” எனச் சொல்லி செல்வியிடம் ஃபோனைக் கொடுத்தாள் சாந்தி.

“ஹலோ சொல்லுங்க.”

"அக்கா பத்து மணிக்கு எழும்பூர் வந்து கால் பண்ணுங்கக்கா. நான் வந்து உங்களை பிக்கப் பண்ணிக்கிறேன்" என்றான் பாண்டி.

"ஓகே தம்பி" எனச் சொல்லிவிட்டு அரைமணி நேரத்தில் தயாரானாள்.

"அக்கா போய்ட்டு வரேன்."

"ஃபைல் எடுத்துக்கோ சங்கர் அண்ணாக்கு ஃபோன் போடு. வருவார்" என்றாள் சாந்தி.

"எடுத்துக்கிட்டேன். நான் ட்ரெயின்ல போறேன்க்கா. பை பை."

ஒரு மணி நேரத்தில் எழும்பூர் வந்தவள் பாண்டிக்கு ஃபோன் பண்ணினாள். உடனே வந்து செல்வியைக் கூட்டிக் கொண்டு போனான் பாண்டி.

"அக்கா ரெடியா? இல்ல ஒரு அஞ்சு நிமிஷம் ரிலாக்ஸ் ஆகிட்டுப் பேசுறீங்களா?" எனக் கேட்டான் பாண்டி.

"நான் ரெடி."

"வாங்க. இந்த சேர்ல உட்காருங்க" எனச் சொல்லி ஒரு நாற்காலியில் செல்வியை உட்கார வைத்துவிட்டு எதிர் நாற்காலியில் அமர்ந்து கேள்வி கேட்கத் தயாரானான் பாண்டி.

"எதிரொலி டிவி நேயர்களுக்கு வணக்கம். இந்த வாரம் நம்மிடம் உரையாட வந்திருப்பது ஒரு பெண். அவரைப் பற்றி அவரே சொன்னால் நல்லாயிருக்கும் என நினைக்கிறேன்" எனச் சொல்லிவிட்டு செல்வியைப் பார்த்து, "வணக்கம்மா" என்றான் பாண்டி.

"வணக்கம். என் பெயரைச் சொல்ல வேணான்னு நினைக்குறேன். நான் மூணு மாசத்திற்கு முன்னாடி வரைக்கும் ப்ராஸ்ட்டியூட் தொழில் பண்ணேன். என்னடா பெயரைச் சொல்லத் தயங்கியவள் ப்ராஸ்ட்டியூட் வேலை பண்ணேன்னு தைரியமா சொல்றேன்னு பாக்குறீங்களா? அதுக்கு நிறைய காரணம் இருக்கு" எனப் பொடி வைத்துப் பேசினாள் செல்வி.

"மூணு மாசத்துக்கு முன்னாடி ப்ராஸ்ட்டியூட் வேலை பண்ணீங்கன்னு சொல்றீங்க. அப்போ இப்போ எங்க வேலை பாக்குறீங்க?" எனக் கேட்டான் பாண்டி.

"பெட்ரோல் பங்க்ல."

"நீங்க சென்னை தானா? அப்பாம்மா என்ன பண்றாங்க?"

"அம்மா அப்பா யாருன்னே தெரியாது. நான் மதுரைல ஒரு வீட்ல வேலை செஞ்சிட்டு இருந்தேன். அங்க எப்போ வந்தேன், எப்படி

வந்தேன்னு தெரில. கருத்து தெரிஞ்ச வயசுலருந்து பதினைஞ்சி வயசு வரைக்கும் அந்த வீட்ல தான் தங்கி வேலை செஞ்சிக்கிட்டு இருந்தேன். வள்ளின்னு ஒரு அக்காவும் அந்த வீட்டுக்கு வேலைக்கு வருவாங்க. அந்த வீட்ல ஒரு பெரியவர் இருந்தார். அவருக்குக் கால் வலிக்கும்போது எல்லாம் என்னை கால் பிடிச்சி விடச் சொல்லுவார். அப்படி ஒருநாள் மதியம் கால் பிடிச்சிக்கிட்டு இருக்கும்போது என்னைக் கட்டிப்பிடிச்சி என்ன என்னமோ பண்ணார். அப்போ எனக்குப் பதினைஞ்சி வயசு இருக்கும். அவர் என்னை என்ன பண்றார்ன்னு கூடத் தெரியல. அதை அந்த வள்ளி அக்கா பார்த்துத் தடுத்தாங்க. அந்த ஆள் என்னை விடவே இல்ல. வள்ளி அக்கா அவர் காலில் விழுந்து கெஞ்சினாங்க. அப்பவும் அந்தக் காமப்பிசாசு என்னை விடல. திடீர்னு வள்ளி அக்கா துணியெல்லாம் அவுத்துப் போட்டுட்டு அம்மணமா நின்னாங்க. அப்படி நின்னுட்டு, ‘வாடா வா. உனக்குப் படுக்கப் பொண்ணுதானே வேணும். நானும் பொண்ணுதான். வாடா வா’ன்னு தலையில் அடிச்சிக்கிட்டு அழுதுகிட்டே வள்ளி அக்கா கத்தினாங்க. நான் அழுதுகிட்டு பயத்துல அந்த ரூம் மூளையில உட்கார்ந்துட்டேன். என் கண் முன்னாடியே வள்ளி அக்காவை” என மேற்கொண்டு எதுவும் பேசமுடியாமல் மௌனமானாள்.

மீண்டும் பேச முயன்றாள். முடியவில்லை. செல்வியின் குரலில் தழுதழுப்பு தொற்றிக் கொண்டது. அவள் கண்கள் குளமாகின. அழுது விடக்கூடாதென்று சமாளித்தாள். கண்களில் கண்ணீர் வழிந்தது. அவள் வாழ்க்கையில் நடந்தது எல்லாம் ஞாபகம் வரவும் வாய்விட்டு அழுதுவிட்டாள் செல்வி.

சிறிது நேரம் மௌனமாக இருந்த பாண்டி, உதவியாளரிடம் குடிக்கத் தண்ணீர் கொண்டு வரச் சொல்லி செல்விடம் கொடுத்தான்.

தண்ணீர் குடித்துவிட்டு கண்களைத் துடைத்துக் கொண்டு மீண்டும் பேசுவதற்குத் தயாரானாள் செல்வி.

“இதுக்குமேல இங்க இருக்கவேணா; எங்கயாவது போய்டலாம்ன்னு சொல்லி அந்த வீட்ல இருந்து வள்ளி அக்கா என்னை கூட்டிட்டுச் சென்னை வந்துட்டாங்க. சென்னையில் வேலை தேடிப்போகும் இடத்திலெல்லாம், ‘வேலை தரேன்; எனக்கு என்ன தருவன்’னு கேட்டானுங்க. போற இடத்திலெல்லாம் இதே கேள்வி தான். மூணு நாள் சாப்பாடு இல்ல; வெறும் தண்ணித்தான். நாலாவது நாள் காலைல டீக்கடையில் தண்ணிக் குடிச்சிட்டு இருக்கும்போது வள்ளி அக்கா மயங்கி விழுந்துட்டாங்க. டீக்கடைக்கி வந்தவங்க வள்ளி

அக்கா முகத்தில்ல தண்ணி தெளிச்சு எழுப்பி உட்காரவெச்சி அக்காக்கும் எனக்கும் டீ பிஸ்கட் எல்லாம் வாங்கிக் கொடுத்து அவங்க வீட்டுக்கு கூட்டிட்டுப் போனாங்க. அவங்க பெயர் மல்லிகா" எனச் சொன்ன செல்வியை இடைமறித்து,

"ப்ராஸ்ட்டியூட்ன்னு சொல்றீங்க. ப்ராஸ்ட்டியூட் தொழில்க்கு எப்படி வந்தீங்கன்னு சொல்ல முடியுமா?" எனக் கேள்வி கேட்டான் பாண்டி.

"பாதி பாதியா சொன்னா டிவில பாக்கறவங்களுக்குப் புரியாது. அதான் ஆரம்பத்துல இருந்து சொல்றேன்."

"ஓகே. ஓகே. சொல்லுங்க" என்றான் பாண்டி.

"வீட்டுக்குக் கூட்டிட்டுப்போய் எங்கள நல்லா பார்த்துகிட்டாங்க. எங்க ரெண்டு பேருக்கும் தனித்தனி ரூம் கொடுத்தாங்க. அந்த ரூம்ல எல்லா வசதியும் இருந்துச்சு. ரூம்க்கு வேளாவேளைக்கு சாப்பாடு வந்திடும். ரெண்டு பேரும் சந்தோசமா இருந்தோம். பத்துநாள் ஆச்சு. இருபதுநாள் ஆச்சு. வேலை எதுவும் செய்யாம சாப்பிடுக்கிட்டு இருக்க ஒருமாதிரி இருக்குன்னு வள்ளி அக்கா சொன்னனங்க. அப்பொ வெளிய ஏதோ சண்டை போடும் சத்தம் கேட்டது. வெளிய போய்ப் பாத்தாங்க வள்ளி அக்கா. எங்களைக் கூட்டிட்டு வந்தவங்களை ஒருத்தன் இரும்புக்கம்பியால அடிக்க வந்தான். அக்கா தடுக்கப் போய் அந்த அடி வள்ளி அக்கா மண்டையில விழுந்தது. வள்ளி அக்கா சுருண்டு விழுந்து அங்கேயே இறந்துட்டாங்க. என்னைக் காப்பாற்றி விட்டுட்டு இன்னிக்கி அவங்க உயிரோட இல்ல" எனக் கண்ணீரைத் துடைத்துக் கொண்டு தொடர்ந்தாள் செல்வி.

"போலீஸ் கேஸ்ன்னு ரொம்பப் பிரச்சனை ஆச்சு. போலீஸ் என்னை விசாரிச்சாங்க. நான் அழுதுக்கிட்டே எனக்கு யாரும் இல்லைன்னு சொன்னேன். எனக்கு பதினைஞ்சி வயசு என்றதால என்னைப் பெண்கள் காப்பகத்தில் கொண்டுபோய் விட்டுட்டாங்க. அங்க என்ன மாதிரி நிறைய பொண்ணுங்க இருந்தாங்க. அதுல முக்காவாசி பெண்கள் பாலியல் சீண்டல்களுக்கு ஆளான பெண்கள்தான். அதுவும் கேட்க நாதி இல்லாத அனாதைப் பொண்ணுங்க. அதிலும் சில பொண்ணுங்க கர்ப்பமாக இருந்தாங்க. அவங்க கதையைக் கேட்டுக் கேட்டு ஆண்கள் என்றாலே பயமும் வெறுப்பும்..." என செல்வி சொல்லி முடிக்கும் முன் இடைமறித்த பாண்டி,

“எல்லா ஆண்களும் அப்படி இல்ல, எல்லாரையும் குத்தம் சொல்லக்கூடாது, நல்லவர்களும் இருக்காங்க” என கொஞ்சம் கோவமாகச் சொன்னான் பாண்டி.

“அடப்போங்க சார். இங்க வாய்ப்பு கிடைக்காதவன் தான் நான் யோக்கியன்னு சொல்லிக்குவான். வாய்ப்பு கிடைச்சா எவனும் யோக்கியன் இல்ல” என்றாள் செல்வி.

“கடவுளுக்குப் பயந்தவன் இந்த மாதிரிலாம் பண்ணமாட்டான்” என்றான் பாண்டி.

“அப்போ பயம் இல்லைனா தப்புப் பண்ணுவீங்க?” எனக் கேட்டாள் செல்வி.

“அக்கா இந்த விவாதம் இன்னொரு நாள் வெச்சிக்கலாம். நீங்க சொல்ல வந்ததை சொல்லுங்கக்கா” என மெலிதாய்ச் சிரித்துக் கொண்டே சொன்னான் பாண்டி.

“பெண்கள் காப்பகத்தில் அஞ்சு வருஷம் இருந்துட்டு வெளிய வந்தேன். எங்கப் போறதுன்னு தெரியல. கடைசியா மல்லிகா அக்கா வீட்ல இருந்துதான் இங்க வந்தேன். மல்லிகா அக்கா வீட்டுக்குப் போக முடிவு பண்ணிக் காப்பகத்தில் மல்லிகா அக்கா வீட்டு அட்ரஸ் வாங்கிக்கிட்டு அங்க போனேன். மல்லிகா அக்கா அங்க இல்ல” எனச் சொல்லி நிறுத்தினாள் செல்வி.

“உங்களுக்குச் சென்னைல வேற யாரையும் தெரியாதா?” எனக் கேட்டான் பாண்டி.

“தெரியாது. மல்லிகா அக்கா இல்லையெனத் தெரிஞ்சதும் எனக்கு என்ன பண்றதுன்னு தெரியல. தாம்பரம் பஸ் ஸ்டாப்ல படுத்திருந்தேன். நைட்டு பதினோரு மணி இருக்கும். நாலு பேர் என்னைத் தட்டி எழுப்பினாங்க. நான் எழுந்து யார்ன்னு கேட்டேன். ‘வா போலாம்’ன்னு ஒருத்தன் என் கையைப் பிடிச்சிக் கூப்பிட்டான். நான் வரலன்னு அவன் கையைத் தட்டிவிட்டு சத்தம் போட்டேன். நாலு பேரில் ஒருவன், ‘டேய் இது ஐட்டம் இல்லன்னு நெனைக்கிறேன்’ என்றான். ‘இல்லைன்னா என்ன? தூக்கிட்டுப் போலாம். நாம என்ன இங்கயேவா இருக்கப் போறோம். நாளைக்கு ஆளுக்கொரு திசைய பார்த்து அவங்க அவங்க ஊருக்குப் போகப்போறோம்’ன்னு இன்னொருவன் சொன்னான். ‘வேணாம்டா பணம் கொடுத்தா வர்றதுக்கு இங்க ஆளுங்க இருக்கும்போது எதுக்குத் தேவையில்லாத வேலை?’ன்னு மூணு பேரையும் கூட்டிட்டுப் போய்ட்டான்.”

“நீங்க எப்படி இந்தத் தொழில்ல?” என கேள்வி கேட்டான் பாண்டி.

“என்ன சார் நான் எப்படித் தொழிலுக்கு வந்தேன்னு தெரிஞ்சிக்கனும்ன்னு ஆர்வமா இருக்கீங்க போல?” எனச் சொல்லிவிட்டுச் சிரித்தாள் செல்வி.

“ஆமாம். இந்த ஷோவே அதுக்குத்தானே மேடம்...” என சிரித்துக் கொண்டே சொன்னான் பாண்டி.

“சொல்றேன். அந்த நாலுபேரும் போய் ரெண்டு மணிநேரம் இருக்கும். மறுபடியும் என்னை யாரோ தட்டி எழுப்பினாங்க. நான் எழுந்தேன். ‘சாப்பிட்டியா?’ன்னு கேட்டாங்க. சாப்டாச்சுன்னு சொன்னேன். ‘வா வீட்டுக்குப் போலாம்’ன்னு கூப்பிட்டாங்க. போயிட்டேன்.”

“கூப்பிட்டது ஆணா பெண்ணா? கூப்பிட்ட உடனே போயிட்டீங்களா?” எனக் கேட்டான் பாண்டி.

“கூப்பிட்டது பொண்ணுதான். அவங்களுக்கு ஒரு முப்பந்தஞ்சி வயசு இருக்கும். கொஞ்சம் நேரம் யோசனை பண்ணேன். ரொம்ப யோசிக்கல. அதுக்குக் காரணம் எனக்கு யாரும் இல்ல.”

“அவங்க பேரு? “

“பெயரையெல்லாம் சொல்றதுக்கு இல்ல.”

“வள்ளி அக்கா பெயர் சொன்னீங்க. மல்லிகா அக்கா பெயர் சொன்னிங்க. இவங்க பெயரைச் சொல்றதுக்கு என்ன?” என்றான் பாண்டி.

“வள்ளி அக்கா, மல்லிகா அக்கா ரெண்டுபேரும் இப்போ உயிரோட இல்ல. அதனால அவங்க பெயரைச் சொன்னேன்.”

“சரி பெயர் வேண்டாம் சொல்லுங்க “ என்றான் பாண்டி.

“நைட்டு எதுவும் பேசல. காலைல எந்த ஊர்ன்னு கேட்டாங்க. நான் நடந்த விஷயம் எல்லாத்தையும் சொன்னேன். சொல்லிட்டு என்னை எதுக்குக் கூட்டிட்டு வந்தீங்கன்னு கேட்டேன். நைட்டு நாலுபேர் உன்னை எதாவது கேட்டாங்களான்னு கேட்டாங்க அந்தக்கா. ஆமாம்ன்னு சொன்னேன். அவங்க நைட்டு என்னோடதான் இருந்தாங்க. அவங்க உன்னைப் பத்திப் பேசிக்கிட்டு இருந்தாங்க. அந்த அடையாளத்தை வெச்சித்தான் உன்னை எழுப்பினேன்னு சொன்னாங்க. நான் அவுங்களக் கட்டிப் புடிச்சி அழுதேன். அழாத அழாதடின்னு அவங்களும் கட்டிப் புடிச்சி முதுகைத் தட்டிக் கொடுத்து

ஆறுதல் சொன்னாங்க. நீ வேலை செஞ்ச வீட்டுக்குப் போய் உன்னை அங்க வேலைக்கு சேத்துவிட்டது யாருன்னு கேக்கச் சொன்னாங்க."

"நீங்க போனீங்களா?"

"இல்ல. நான் போகல."

"போயிருந்தா உங்க அம்மாப்பாவைப் பத்தி எதாவது தெரிஞ்சி இருக்கும்ல. சரி என்ன பண்ணீங்க?"

"அக்கா நான் உங்க கூடவே இருக்கிறேன்னு சொன்னேன். அவங்க நான் என்ன தொழில் பண்றேன்னு உனக்குத் தெரிஞ்சிருக்கும்ன்னு நெனைக்கிறேன்னு சொன்னாங்க. தெரியும்ன்னு தலை ஆட்டினேன். தெரிஞ்சும் நீ என்கூட இருக்கணும்னு சொல்ற எனக் கேட்டாங்க. நான் எதுவும் பேசாம இருந்தேன். அங்கேயே தங்குற மாதிரி உன்னை வேலைக்குச் சேர்த்து விடுறேன்னு சொன்னாங்க. நான் வேண்டாம்க்கா உங்க கூட நானும் நைட்டுக்கு வரேன்னு சொன்னேன். அவங்க பிடிவாதமா வேணான்னுதான் சொன்னாங்க. நானும் வரேன்னு பிடிவாதமா சொன்னேன்.

ரொம்பக் கஷ்டம். பொண்டாட்டிகிட்ட பண்ண முடியாதது எல்லாம் நம்ம கிட்ட பண்ண நினைப்பானுங்க. வர்றவன் எல்லாம் போதையில் வருவானுங்க. சூடு வைப்பானுங்க. காமம் தலைக்கு ஏறி வெறி பிடிச்சிக் கடிப்பானுங்க. ஒரு பொண்ணு குறிப்பிட்ட வயசு வந்ததும் அவளோட உடம்ப பெத்த தாய்க்குக் கூடக் காட்டமாட்டா. அப்படி இருக்கும்போது யார்னு தெரியாத ஒருத்தனுக்கு அவ உடம்ப காட்டுறான்னா அவளோட வலியும் வேதனையும் என்னென்னு சொல்றதுன்னு சொல்லி அழுதாங்க அக்கா. அப்புறம் எதுக்கு இந்தத் தொழில் பண்றீங்கன்னு அக்காவைக் கேட்டேன். நேத்து உன்னைக் காப்பாத்தின மாதிரி நாலஞ்சு பேர கண்ணுக்குத் தெரிஞ்சி காப்பாத்தி இருக்கேன்னு சொன்னாங்க. அன்னிக்கு முடிவு பண்ணேன்- நல்லதோ கெட்டதோ அக்கா கூடவே இருக்கணும்ன்னு. அன்னிலருந்து இன்னிக்கி வரைக்கும் அக்கா கூடத்தான் இருக்கேன். மூணு மாசம் முன்னாடி கூட நானும் அக்காவும் ஒரு பொண்ணைக் காப்பாத்தினோம்" என்று சொல்லி முடிக்கும் போது செல்வியின் கண்களில் ஈரம் தெரிந்தது.

பாண்டியின் கண்களிலும் ஈரம் இருந்தது. என்ன நினைத்தான் எனத் தெரியவில்லை. பேட்டியை முடித்துவிட்டு செல்வி கையில் ஒரு கவர் கொடுத்தான் பாண்டி. செல்வி அதைத் திறந்துப் பார்த்தாள். அதில் ஐயாயிரம் பணம் இருந்தது. பாண்டிக்கு நன்றி சொல்லிவிட்டுக் கிளம்பினாள் செல்வி.

18

கூட்டம் நிறைந்த பாரில் இடுக்கனும் வம்பனும் ஆளுக்கொரு குவாட்டர் பாட்டிலை வைத்துக்கொண்டு, "இடுக்கா, ஒன்னு அவளைப் போடு. இல்லைன்னா விட்டுட்டு வேற வேலையைப் பாப்போம். இன்னிக்குப் போடலாம், நாளைக்குப் போடலான்னு சொல்லிச் சொல்லியே வெட்டியா சுத்திட்டு இருக்கோம்" எனக் கோபத்தில் கத்தினான் வம்பன்.

பாரில் இருந்தவர்கள் வம்பனைப் பார்த்தார்கள். பக்கத்தில் இருந்த ஒருவனை எட்டி உதைத்தான் இடுக்கன். உதைத்துவிட்டு, "என்னடா என்ன பாக்குறே? குடிக்க வந்தா குடிக்கணும். அடுத்தவன் வாயப் பாக்கக்கூடாது" என மிரட்டினான். பின்னாடி சொருகி வைத்திருந்த கத்தியை எடுத்து மேசை மீது வைத்தான். கத்தியைப் பார்த்ததும் சிலர் வெளியே போய்விட்டார்கள். சிலர் அங்கே ஒன்றும் நடக்காததுபோல் இருந்தார்கள்.

"வம்பா, இவ்ளோ நாள் பொறுமை இருந்த இல்ல! இன்னும் ஒரு வாரம் டைம் கொடு. அவளைப் போடுறேன். போடலன்னா நீ சொல்லுறதைக் கேக்குறேன்" என்றான் இடுக்கன்.

"இன்னிலிருந்து பத்து நாள் டைம். அவளைப் போட்டாலும் சரி போடலன்னாலும் சரி நாம சென்னைல இருக்கவேணாம்" என்றான் வம்பன்.

"ஓகேடா" என இருவரும் வாங்கிய குவாட்டரைக் குடித்துவிட்டுக் கிளம்பினார்கள்.

பாண்டிக்கு ஃபோன் பண்ணி, வீட்டு வேலையெல்லாம் முடிந்தது, கிரகப்பிரவேசம் செய்யத் தயாராக இருக்கு என்பதைத் தெரிவித்துவிட்டு, சுமதியைத் தேடி சென்னைக்கு வருவதையும் சொன்னார் டேவிட்.

மாடியில் இருந்த மேஸ்திரியைக் கூப்பிட்டார் டேவிட்.

"சொல்லுங்க சார்" என கேட்டுக்கொண்டே இறங்கி வந்தார் மேஸ்திரி.

"நான் சென்னைக்குப் போறேன். நான் வர்ற வரைக்கும் இங்கயே இருங்க" எனச் சொல்லிட்டு மேஸ்திரி கையில் செலவுக்குப் பணம் கொடுத்துவிட்டுக் கிளம்பினார் டேவிட்.

வீட்டில் இருந்து வெளியே வந்த சுமதியைப் பார்த்து, "வா. நான் அந்தப் பக்கம் தான் போறேன். போற வழியில இறக்கி விடுறேன்" என்றான் சங்கர்.

"வேணாம்ணா. ட்ரெயின்ல போனா மனசுக்குக் கொஞ்சம் ரிலாக்ஸா இருக்கிற மாதிரி இருக்கு" எனச் சொல்லிவிட்டு ரயில்வே ஸ்டேஷனை நோக்கி நடந்த சுமதி, ஒரு மணி நேரத்தில் மர குடோனுக்கு வந்து சேர்ந்தாள்.

"சார் வணக்கம்" என விஜயைப் பார்த்துச் சொல்லிவிட்டு தன் வேலையைத் தொடர்ந்தாள் சுமதி.

"வணக்கம்மா."

"ஓனர் வரலையா சார்?" என வேலை பார்த்துக் கொண்டே கேட்டாள் சுமதி.

"வருவாரு" எனச் சொல்லி முடிக்கும் முன், "சுமதி இவருக்கு நேத்து வந்த மரத்தைக் காட்டுங்க" எனச் சொல்லிக் கொண்டே உள்ளே நுழைந்தார் தினேஷ்.

"வாங்க சார்" என மரம் பார்க்க வந்தவரை அழைத்துக் கொண்டு போனாள் சுமதி.

இரண்டடி நகர்ந்தவர்களைப் பார்த்து, "சார் நாளைக்கு வாங்க" என்றார் தினேஷ்.

"ஓகே சார்" எனச் சொல்லிவிட்டு கிளம்பினார் வந்தவரும்.

கண்களைச் சுருக்கி தினேஷைப் பார்த்து, "சார் நான் ஒன்னு கேக்குறேன். கோச்சிக்காம பதில் சொல்லுங்க" எனக் கேட்டார் விஜய்.

"கேளுங்க. நீங்க கேட்டு என்னிக்கு நான் கோச்சிக்கிட்டு இருக்கேன்? கேளுங்க" என்றார் தினேஷ்.

"கூட்டிட்டு வந்திங்க. சுமதிய மரம் காட்டச் சொன்னீங்க. அவங்க திரும்பக் கூட இல்ல! நாளைக்கு வாங்கன்னு சொன்னீங்க. அவனும் பூம்பூம் மாடு மாதிரி ஓகே சொல்லித் தலையை ஆட்டிட்டுப் போறான்" எனக் கேட்டார் விஜய்.

"யாருன்னு தெரியல. அவரை ஒருத்தன் பாண்டின்னு கூப்பிட்டான். அவன் பெயர் பாண்டின்னு தெரிஞ்சிக்கிட்டேன். நான் கிட்டப்போய் மரம் பாக்குறீங்களான்னு கேட்டேன். அவனும் தலையை ஆட்டினான்" என சுமதி காதில் விழாதபடி விஜய் காதில் மெதுவாகச் சொன்னார் தினேஷ்.

'இதெல்லாம் ஒருப் பொழப்பா?' எனக் கேட்பது போல் இருந்தது விஜயின் பார்வை. " நான் சொன்னா கேக்கவா போறீங்க?" என்றார் விஜய்.

டேவிட்டும் பாண்டியும் சுமதியைத் தேடிய களைப்பில், "என்ன சார் எந்த முன்னேற்றமும் இல்ல. சார் நம்ம பைக்லயும் ஆட்டோலயும் தான் தேடிட்டு இருக்கோம். இனி நம்ம தேடக்கூடிய இடம் ட்ரெயின், பஸ். இதுவரை இங்கெல்லாம் தேடவே இல்ல. நாளைக்கு நான் பீச் ஸ்டேஷன்ல இருந்து செங்கல்பட்டு வரைக்கும் ஒவ்வொரு பெட்டியா மாறி மாறிப் போய்த் தேடுறேன். நீங்க தாம்பரத்தில் இருந்து பீச் ஸ்டேஷன், அப்படியே சென்ட்ரல் ஸ்டேஷன், பிராட்வே பஸ் ஸ்டாப், கடற்கரைன்னு மக்கள் கூடும் இடமா பார்த்துத் தேடுங்க" என்று டேவிட்டிடம் சொல்லிவிட்டுக் கிளம்பினான் பாண்டி.

பாண்டி கிளம்பியதும் டேவிட் தனியாகத் தேடும் வேட்டையைத் துவங்கினார். பாண்டி சொன்ன இடங்களில் எல்லாம் தேடித் திரிந்தார். டேவிட் பீச் ஸ்டேஷன், சென்ட்ரல், மெரினா பீச் சுற்றிக் கொண்டிருந்ததால் இரவு ரோந்து போலீஸ் டேவிட்டைப் பிடித்து விசாரணை செய்தது. தகுந்த ஆதாரங்களைக் காட்டிவிட்டு மீண்டும் தேடும் படலத்தில் இறங்கினார். தேடிய இடமெல்லாம் மீண்டும் ஒரு சுற்று வந்தார். பொழுதும் விடிந்து ஏழு மணியானது. ஒரு தேநீர்க்கடை முன்பு நின்று தேநீர் குடித்துக் கொண்டு, 'அடுத்து என்ன பண்ணலாம்?' என யோசனையில் ஆழ்ந்திருக்கும்போது டேவிட்டின் ஃபோன் ஒலித்தது.

"சொல்லுங்க பாண்டி."

"சார் இன்னிக்கி என்னால வரமுடியாது சார். ஆபீஸ்ல வரச் சொல்லி கால் பண்ணாங்க" என்றான் பாண்டி.

"ஓகே. நானும் வந்து பத்து நாள் ஆயிடுச்சு. இன்னிக்கு செஞ்சிக்கிப் போலாம்னுருக்கேன். சுமதி ஊருக்கு வரும்போது வீட்டைப் பத்திப் பேசிக்கலாம்னு நினைக்கிறேன் " எனறார் டேவிட்.

"ஓகே சார். பார்த்துப் போங்க. ஏதாவது தகவல் தெரிஞ்சா ஃபோன் பண்றேன்" எனச் சொல்லிவிட்டு ஃபோன் இணைப்பைத் துண்டித்துவிட்டு ஆபீஸ் கிளம்பினான் பாண்டி.

சாந்தியின் ஃபோனில் வாட்ஸ்அப் சத்தம் வந்ததும் ஓப்பன் பண்ணிப் பார்த்தாள். எதிரொலி டிவியின் யூடியூப் சேனலில் வீடியோ வந்திருந்தது. வீடியோவைப் பார்த்துக் கண் கலங்கினாள் சாந்தி. வீடியோவை சங்கருக்கும் மண்டை ஓடு மகாலிங்கத்திற்கும் அனுப்பிவிட்டு, சேமித்த பணத்தை எண்ணினாள் சாந்தி. அதில் ஒரு லட்சம் இருந்தது. செல்வியிடம் கொடுத்தாள் சாந்தி.

"சரோஜாக்குக் கொடுக்க இன்னும் ஒரு லட்சம் தேவை; கொஞ்சம் கூட பயம் இல்லாம இருக்க? என்னைவிட சரோஜாவைப் பத்தி உனக்கு நல்லா தெரியும். பொம்பளன்னு கூடப் பாக்க மாட்டா. தலைகீழா கட்டித் தொங்க விட்ருவா. பணத்திற்கு என்ன பண்ணப் போற?" எனக் கேட்டாள் செல்வி.

"தெரியல."

"நீ டேவிட் சார்க்கு ஃபோன் பண்ணி பணம் கேட்டுப் பாரு."

டேவிட்டுக்கு ஃபோன் பண்ணினாள் சாந்தி. சுவிட்ச் ஆஃப் என சொல்லவே மீண்டும் பண்ணினாள்.

"சுவிட்ச் ஆஃப்டி."

"சரி சங்கர் அண்ணாகிட்ட சொல்லி சுமதி பணம் எதாவது வெச்சிருக்கான்னு கேக்கச் சொல்லு" என்றாள் செல்வி.

"வேண்டாம் செல்வி. சுமதி கிட்ட கேக்க வேண்டாம்" எனச் சொன்னாள் சாந்தி.

"ஈகோ பாக்க இது நேரம் இல்லக்கா. கேட்டுப் பாரு" என கொஞ்சம் கோபமாகச் சொன்னாள் செல்வி.

"சொன்னா கேளு. சுமதி பணம் வேண்டாம்" என அழுத்தமாகச் சொன்னாள் சாந்தி. வேற யாரிடம் கேட்கலாம் என்ற யோசனையில் பொறுமையாக நடந்தாள் சாந்தி.

"அக்கா சீக்கிரம் வா. இப்பவே லேட். இன்னும் லேட் ஆச்சுன்னா சரோஜா ஆள் தேடிட்டு வீட்டுக்கு வருவானுங்க" எனச் சொல்லிக் கொண்டு வேகமாக நடந்தாள் செல்வி. அதற்கு ஈடு கொடுத்து சாந்தியும் நடந்தாள்.

டைட்டான ஜீன்ஸ், வெள்ளைக் கலரில் பனியன், அதற்கும் மேல் ஜீன்ஸ் கோட் போட்டுக் கொண்டு இரு கால்களையும் தூக்கி மேசை மேல் வைத்துக் கொண்டு கால் மேல் கால் போட்டு ஆட்டிக் கொண்டு கையில் பணத்தை விசிறி போன்று பிடித்து விசிறி கொண்டிருந்தாள் சரோஜா. பார்ப்பதற்கு மும்பை கதாநாயகி போல் இருந்தாள். அவள் வலதுபுறத்தில் ஒருவன் தலைக்கீழாக தொங்கிக் கொண்டிருந்தான். சாந்தியும் செல்வியும் கதவைத் திறந்து வருவதைப் பார்த்தாள் சரோஜா. கையில் பணம் இருப்பதையும் பார்த்தாள். பக்கத்தில் தொங்கிக் கொண்டிருந்தவானை ஓங்கி ஓர் அறை விட்டாள். “அங்க பாரு. பொட்டச்சிங்க டேட் தவறாம கொண்டு வராங்க. பணம் கொடுக்கும்போது யோசிச்சேன், கரெட்டா தருவாங்களான்னு. பரவால!” எனச் சொல்லி முடிக்கவும் சாந்தியும் செல்வியும் சரோஜா அருகே வந்தார்கள்.

“எப்பவும் எவனாவது ஒருத்தன் தொங்கிட்டுத்தான் இருப்பான் போல!” என்று செல்வியின் காதில் மட்டும் கேட்கும் அளவுக்கு மெதுவாகச் சொன்னாள் சாந்தி.

“கொஞ்சம் பொறு. இன்னும் கொஞ்ச நேரத்துல நம்மளும் இப்படித்தான் தொங்கப்போறோம். மூணு பேரா ஆயிடும்” என சாந்தி காதில் முணுமுணுத்தாள் செல்வி.

சரோஜா கையில் பணத்தைக் கொடுத்தாள் செல்வி. சரோஜா பணத்தை வாங்கித் திருப்பித் திருப்பிப் பார்த்துவிட்டு சாந்தி முகத்தைப் பார்த்தாள்.

“ஒரு லட்சம் இருக்கு ரெண்டு நாள்ல மீதி பணத்தைத் தரேன்” என்றாள் சாந்தி.

“இன்னிக்கி நைட்டு பன்னிரெண்டு மணி வரைக்கும் உங்களுக்கு டைம் இருக்கு; பணத்தை ரெடி பண்ணுங்க” என எந்தவொரு படபடப்பும் இன்றிச் சொன்னாள் சரோஜா.

“கண்டிப்பா ரெண்டு நாள்ல கொடுக்குறேன்” எனச் சொல்லிக் கெஞ்சினாள் சாந்தி.

“என்கிட்ட தேதி சொல்லி காசு வாங்கிட்டா சொன்ன தேதில காசு வரணும். இன்னிக்கி கணக்கு முடி. லேட் பண்ணாத இப்ப போ. பணத்தோட வா. நீ சொன்ன டேட் முடிஞ்சு ஒரு மணி நேரம் லேட் ஆனாலும் இந்த சரோஜாவை வேற மாதிரி பாப்பே” என சாந்தமாகச் சொன்னாள் சரோஜா.

சாந்தியும் செல்வியும் அங்கிருந்து கிளம்பினார்கள். கதவைக் கடந்து போனவர்களை ஒரு ஆளை அனுப்பிக் கூட்டிக் கொண்டு வரச் சொன்னாள் சரோஜா.

"ஹலோ! சரோஜா அக்கா உங்களைக் கூப்பிட்டாங்க" என அடியாள் சொன்னதும், சாந்தியும் செல்வியும் ஒருவரை ஒருவர், 'என்னவா இருக்கும்?' என்பதைப் போல் பார்த்துக் கொண்டு சரோஜா முன் நின்றார்கள்.

"சாந்தி நீ இங்கயே இரு. செல்வி போய் பணம் ஏற்பாடு பண்ணட்டும்" என்றாள் சரோஜா.

"ஐயோ அக்கா! ரெண்டு பேரும் போனா ஆளுக்கு ஒருபக்கம் போய் பணம் கேப்போம்" என்றாள் செல்வி.

"ரெண்டு பேரும் போறது எனக்கு வேணாம்னு தோணுது. உங்களத் தேடி அலையமுடியாது. சாந்தி இங்க இருக்கட்டும். நீ போய் பணம் ரெடி பண்ணு. உன் மொபைல் நம்பர் சொல்லு" என்றாள் சரோஜா.

"சாந்தி அக்கா கிட்ட தான் ஃபோன் இருக்கு. என்கிட்ட ஃபோன் இல்ல" என்றாள் செல்வி.

"சாந்தி மொபைலை நீ கொண்டு போ. என்னோட நம்பரை சேவ் பண்ணிக்கோ. என்னோட ஆள் ரெண்டுபேர் உன் கூட வருவாங்க" என்று சொன்னாள் சரோஜா.

செல்வி, சரோஜாவின் ஆள் இரண்டுபேரும் சேர்த்து மூவரும் கிளம்பினார்கள்.

அதேநேரம் டேவிட்டுக்கு பாண்டி வீடியோ அனுப்பினான். வீடியோவைப் பார்த்துவிட்டு பாண்டிக்கு ஃபோன் பண்ணினார் டேவிட்.

"ஹலோ பாண்டி! வீடியோவில் பேட்டி கொடுக்கும் பெண் குரல் எங்கயோ கேட்ட மாதிரி இருக்கு. முகத்தை மறைச்சி இருக்கு. முகம் தெரிற மாதிரி வீடியோ இருந்தா அனுப்புங்க பாண்டி" எனக் கேட்டார் டேவிட்.

"எடிட்டர் கிட்ட இருக்கு சார். அவர் வொர்க்ல இருக்கார்; வந்ததும் வாங்கி அனுப்புறேன் சார்" எனச் சொல்லிவிட்டு ஃபோன் இணைப்புத் துண்டித்தான் பாண்டி.

பெட்ரோல் பங்க் மேனேஜர் அறைக்கு வந்தாள் செல்வி. செல்வியைப் பார்த்த மேனேஜர், "என்னமா ரெண்டுபேரும் இன்னிக்கி வேலைக்கு வரலையா?" எனக் கேட்டார்.

“இல்ல சார் இன்னிக்கி லீவ்.”

“லீவ்ன்னு ஃபோன்ல சொல்றது. எதுக்கு இவ்ளோ தூரம் வந்துதான் சொல்லனுமா?” என்றார் மேனேஜர்.

“இல்ல சார்.. அதுவந்து “ எனத் தடுமாற்றத்துடன் பேசினாள் செல்வி.

அவளது தடுமாற்றமான பேச்சில் இருந்து, ‘ஏதோ கேட்க வந்திருக்கா!’ என்று மேனேஜர்க்குப் புரிந்தது.

“சொல்லும்மா. என்ன செலவுக்கு எதாவது பணம் வேணுமா?”

சட்டென, “ஆமாம்” என்றாள் செல்வி.

“எவ்ளோ வேணும்?”

“ஒரு லட்சம் சார்.”

“என்னமா? அய்யாயிரம் பத்தாயிரம்ன்னு கேப்பன்னு பார்த்தா ஒரு லட்சம் கேக்குற. உன் பேர்ல அஞ்சி, சாந்தி பேர்ல அஞ்சி சேர்த்து பத்தாயிரம் தரேன், அதுவும் சாயுங்காலம் தான் கிடைக்கும். நான் ஃபோன் பண்றேன். வந்து வாங்கிட்டுப் போ” என்றார் மேனேஜர்.

“சார் உங்க கிட்ட இருந்தாலும் கொடுங்க சார். ரெண்டு நாள்ல கொடுக்குறோம்” என மேனேஜரைக் கேட்டாள் செல்வி.

“பொண்ணுக்குக் கல்யாணம் பண்ண வாங்கிய கடன் கழுத்தை நெரிக்குது “ என மேனேஜர் சொல்லவும், “சார் மறக்காம சாயுங்காலம் கால் பண்ணுங்க. சார் வந்து வாங்கிக்கிறேன் “ என மேனேஜரிடம் சொல்லிவிட்டுக் கிளம்பினாள் செல்வி.

மண்டை ஓடு மகாலிங்கத்திற்கு ஃபோன் பண்ணி பணம் கேட்டாள். “நான் வாங்கித்தான் பழக்கம். கொடுத்துப் பழக்கம் இல்லை. பணத்தைத் தவிர வேற என்ன வேணாலும் கேளு” எனச் சொல்லி ஃபோனை கட் பண்ணினான் மண்டை ஓடு மகாலிங்கம்.

சங்கருக்கு ஃபோன் பண்ணி, ‘எங்க இருக்கீங்க?’ எனக் கேட்டு நேரில் சங்கரைப் பார்த்து விவரத்தைச் சொன்னாள் செல்வி.

“என்ன பண்ணலாம்? செல்வி இன்னிக்கி என்னோட பொண்ணு உயிரோட இருக்குன்னா அதுக்கு சாந்திதான் காரணம். இந்த ஆட்டோவை வித்து வரும் பணத்தைத் தரேன். ஆனா ஒருலட்சம் வராது. பழைய ஆட்டோ ஒரு நாப்பது ஆயிரம் தான் வரும்” என்றான் சங்கர்.

"அண்ணா ஆட்டோ தான் சோறு போடுது. இதை வித்துட்டு சாப்பாட்டுக்கு என்ன பண்ணுவீங்க? அதெல்லாம் வேணாம். சுமதி வேலைக்குப் போறா இல்ல? அவகிட்ட கேட்டுப் பாருங்க. அவகிட்ட இல்லைனா டேவிட் சார்கிட்ட சொல்லி வாங்கித் தரச் சொல்லுங்க அண்ணா" என்றாள் செல்வி.

சுமதிக்கு ஃபோன் பண்ணினான் சங்கர்.

"ஹலோ சுமதி" என்றதும், "சுமதி இல்லை சார். ஃபோன் சார்ஜர் போட்டுட்டு பேங்க் போய்ட்டாங்க. வந்தா இந்த நம்பருக்குக் கால் பண்ணச் சொல்லவா?" என்றார் தினேஷ்.

"வேண்டாம் சார். நாங்க அங்கேயே வரோம்" எனச் சொல்லிவிட்டு. செல்வி வீடியோவை சுமதிக்கு அனுப்பிவிட்டு ஆட்டோவில் கிளம்பினார்கள் சுமதியைப் பார்க்க.

இடுக்கனைப் பார்த்து, "பாண்டிச்சேரி கிளம்ப எல்லாம் ரெடி பண்ணிட்டேன்" என்றான் வம்பன்.

"டேய் இன்னிக்கி ஒருவாட்டி ட்ரை பண்ணிட்டு போலாம்டா" என வம்பனிடம் கெஞ்சினான் இடுக்கன்.

"மூணு மாசமா ஒன்னும் கிழிக்கல. இன்னிக்கித்தான் கிழிக்கப் போறியா?" எனக் கத்தினான் வம்பன்.

"ப்ளீஸ்டா, ப்ளீஸ்டா. வாடா" என கெஞ்சிக் கொண்டு வம்பன் கையைப் பிடித்து இழுத்தான் இடுக்கன்.

"சரி வா. இன்னிக்கு அவளைப் போட்டுட்டு அப்படியே பாண்டிச்சேரி போறோம்" எனச் சொல்லிக் கொண்டு இருவரும் ஆளுக்கொரு கத்தியை எடுத்துக் கொண்டு சுமதி வேலை செய்யும் இடத்திற்குக் கிளம்பினார்கள்.

◯

19

செல்வியின் முகம் தெரியும் வீடியோ ஒன்றை டேவிட்க்கு அனுப்பினான் பாண்டி. வீடியோவைப் பார்த்துவிட்டு பாண்டிக்கு ஃபோன் பண்ணி, " பாண்டி இந்தப் பொண்ணு சுமதி அப்பா டெத் அப்போ சுமதி, சாந்தி கூட இந்தப் பொண்ணும் வந்திருந்தா. இந்தப் பொண்ண விசாரிச்சா சுமதி பத்தி எதாவது தகவல் கிடைக்கும்" எனறார் டேவிட்.

"சார் அவங்க நம்பர் இருக்கு. லைன்லயே இருங்க கால் பண்றேன்" எனச் சொல்லிவிட்டு செல்விக்கு ஃபோன் பண்ணினான் பாண்டி.

'இந்த நேரத்துல இவன் எதுக்கு ஃபோன் பண்றான்?' என நினைத்துக் கொண்டு கட் பண்ணிவிட்டாள். மீண்டும் ஃபோன் வந்தது. செல்வி மீண்டும் கட் பண்ணிவிட்டாள்.

"சார் ரிங் போது. கட் பண்ணிவிடுறாங்க சார்" என்றான் லைன்ல இருந்த டேவிட்டிடம். "சார் நான் செல்வி வேலை செய்யும் இடத்துக்குப் போய் விசாரிச்சிட்டு கால் பண்றேன். நீங்க ஊருக்குப் போயிட்டீங்களா? "

"இல்ல ரெஸ்ட் எடுத்துட்டு ஈவினிங் போலாம்ன்னு இருந்தேன்."

"அன்னிக்குப் பெட்ரோல் போட உங்கள நிக்க வச்சிட்டுப் போனேன். ஞாபகம் இருக்கா சார்? "

"ஆமா."

"அங்க போய் சாந்தி அட்ரஸ் கேளுங்க சார். நான் வர நேரமாகும்" என்றான் பாண்டி.

"ஓகே சீக்கிரம் வாங்க பாண்டி" என பெட்ரோல் பங்கிற்கு விரைந்தார் டேவிட்.

அதே நேரம் மண்டை ஓடு மகாலிங்கம் சரோஜா ஃபோன்க்கு எதிரொலி வீடியோவை அனுப்பியிருந்தான். அதைப் பார்த்துக் கொண்டிருந்தாள் சரோஜா.

“சாந்தி, உன்கூட வந்த பொண்ணு வாய்ஸ் மாதிரி இருக்கு” என்றாள் சரோஜா.

“அந்தப் பொண்ணு வாய்ஸ் மாதிரி இல்ல. பேசுறதே அந்தப் பொண்ணுதான் அக்கா” என்றாள் சாந்தி.

“ச்சே... சின்ன வயசுலே எவ்ளோ கஷ்டப் பட்டுருக்கா. நீதான் அந்த அக்காவா?” எனக் கேட்டாள் சரோஜா.

தினேஷைப் பார்த்து, “சார் எவ்ளோ நேரம் சார்? நீங்க போய் சுமதிய கூட்டிட்டு வாங்க சார்” என்றாள் செல்வி.

“விஜய் பேங்க்ல போய் சுமதிய பார்த்துக் கூட்டிட்டு வாங்க. சங்கர் சார் ஆட்டோல போங்க” என்று சங்கரைக் கைகாட்டினார் தினேஷ்.

சங்கரும் விஜயும் கிளம்பினார்கள்.

பெட்ரோல் பங்கில் சாந்தியைப் பற்றிய விவரங்களை மேனேஜரிடம் கேட்டுக் கொண்டிருந்தார் டேவிட்.

கண்கொத்திப்பாம்பாக சுமதியை எதிர்பார்த்துக் கொண்டிருந்தார்கள் இடுக்கனும் வம்பனும். சுமதியுடன் சங்கரும் விஜயும் வந்தார்கள். செல்வியைப் பார்த்து முகத்தைத் திருப்பிக் கொண்டு போனாள் சுமதி. பேசத் தொடங்கிய செல்வியைப் பேசவேண்டாம் என ஜாடை காட்டிவிட்டு சங்கர் பேசத் தொடங்கினான்.

“சுமதி ரூபாய் எதாவது வெச்சிருக்கியா? அவசரமா தேவை” எனச் சொல்லிவிட்டு சரோஜாவைப் பற்றியும், சாந்தி சரோஜாவிடம் இருப்பதைப் பற்றியும் எடுத்துச் சொன்னான் சங்கர்.

“எவ்ளோண்ணா வேணும்? “

“ஒரு லட்சம். “

“அம்பதாயிரம் வீட்ல இருக்கு” என்றாள் சுமதி.

சங்கர் பேசியதைக் கவனித்துக் கொண்டிருந்த தினேஷ், “மீதி பணம் நான் தரேன்” என்றார் தினேஷ்.

அதுவரை இருப்பு கொள்ளாமல் இருந்த செல்வி முகம் புன்னகை மலர்ந்து நிம்மதி பெருமூச்சு விட்டாள்.

தினேஷிடம் ஐம்பது ஆயிரத்தை வாங்கிக் கொண்டு செல்வி சரோஜாவின் அடியாட்கள், சுமதி என அனைவரும் சங்கர் ஆட்டோவில் சங்கர் வீட்டுக்குக் கிளம்பினார்கள். சுமதி ஆட்டோவில் ஏறுவதைப் பார்த்துவிட்டான் இடுக்கன்.

“வம்பா அவ ஆட்டோல போறா. கிளம்பு கிளம்பு” என்று கத்திக் கொண்டே ஆட்டோ பின்னாடி ஓடினான் இடுக்கன்.

பெட்ரோல் பங்கில் கொடுத்த சாந்தியின் முகவரியைத் தேடிக் கொண்டு டேவிட்டும் பாண்டியும் போனார்கள்.

பத்து அடி தூரம் கூட நகர்ந்து இருக்காது. ஆட்டோ பழுதாகி நின்றுவிட்டது.

“இது வேலைக்கு ஆகாது. நீங்க ட்ரெயின்ல போயிடுங்க” என்றான் சங்கர்.

அனைவரும் ட்ரெயின்க்கு நடந்தார்கள். செல்வியை விட்டு கொஞ்சம் தள்ளியே நடந்தாள் சுமதி. இதைப் பார்த்த இடுக்கன் கத்தியால் தன் தொடையை அடித்துக் கொண்டு சிரித்தான்.

“பாத்தியா வம்பா! கடவுள் நம்ம பக்கம்தான் இருக்காரு. ஸ்டேஷன விட்டு ட்ரெயின் கிளம்பிய ரெண்டாவது நிமிஷத்துல அவளைக் குத்துவேன். யாராவது தடுக்க வந்தா நீ அவங்கள பாத்துக்கோ” என்றான் இடுக்கன்.

செல்வி பேட்டி கொடுத்த வீடியோவைப் பார்த்துக் கொண்டு நடந்தாள் சுமதி. அவள் கண்கள் கலங்கின. வீடியோ ஓட ஓட கொஞ்சம் கொஞ்சமாய் செல்வியை நெருங்கினாள். வீடியோ முடியவும் செல்வி கையை இறுக்கமாகப் பிடித்துக் கொண்டாள் சுமதி. செல்வியும் சுமதி கையை இறுக்கமாகப் பிடித்தாள்.

“அக்கா இவர்தான் பாண்டி” என்று மீண்டும் வீடியோவை ஓடவிட்டுக் காட்டினாள் சுமதி.

“சரோஜா கிட்ட பணம் கொடுத்துட்டு, சாந்தி அக்காவா கூட்டிட்டு நேரா பாண்டி ஆபீஸ் போலாம்” என்று தலையைத் தடவிக்கொண்டே சொன்னாள் செல்வி.

சுமதி முகத்தில் மகிழ்ச்சி தாண்டவம் ஆடியது. சுமதி மகிழ்ச்சியாக இருப்பதைப் பார்த்து இடுக்கனுக்கும் வம்பனுக்கும் கொலைவெறி தலைக்கு ஏறியது.

முகவரியைக் கண்டுபிடித்து சாந்தி வீட்டுக்குப் போனார்கள் டேவிட்டும் பாண்டியும். வீடு பூட்டி இருந்தது. பக்கத்தில் விசாரித்தார் டேவிட். காலையில் இருவரும் போனதாகப் பக்கத்தில் இருக்கும் கடைக்காரர் சொன்னார்.

"சார் என்னோட ஃபோன் தான் எடுக்கல. உங்க ஃபோன்லருந்து பண்ணுங்க சார். எடுக்குறாங்களா பாக்கலாம்" என்றான் பாண்டி.

ஃபோன் பண்ணினார் டேவிட். பிசி என வந்தது. மீண்டும் பண்ணினார். பிசி, பிசி என்றுதான் வந்தது. அப்போது பெட்ரோல் பங்க் மேனேஜர், பத்தாயிரம் பணம் வந்து வாங்கிக் கொள்ளும்படி பேசிக் கொண்டிருந்தார். 'பணத்தை நாளைக்கு வந்து வாங்கிக்கிறேன்' என்று செல்வி சொல்லிக் கொண்டே ரயிலில் ஏறினாள். கூடவே முகத்தில் கர்சீப் கட்டிக் கொண்டு இடுக்கனும் வம்பனும் ஏறினார்கள்.

சங்கர் ஆட்டோவை சரி செய்யும் முயற்சியில் இருந்தான். பிளக் (Plug) கருகி இருந்ததால், அதை வாங்கிவர லிஃப்ட் கேட்டுக் கொண்டிருந்தான் சங்கர். அந்த வழியாகப் பாண்டியும் டேவிட்டும் பைக்கில் வந்து கொண்டிருந்தார்கள். சங்கரைப் பார்த்துவிட்டான் பாண்டி. பைக் சங்கர் முன் நிறுத்தினான் பாண்டி. சங்கர் டேவிட்டைப் பார்த்ததும், "சார் எப்படி இருக்கீங்க?" என நலம் விசாரித்தான் சங்கர்.

"நல்லாருக்கேன். நீங்க எப்படி இருக்கீங்க?" எனக் கேட்டார் டேவிட்.

"ஏதோ இருக்கேன் சார்" எனச் சொல்லிவிட்டு பாண்டிக்குக் கைகொடுத்து, "பேட்டி நல்லா இருந்தது சார்" என்றான். "ஆனா அன்னிக்கி நீங்களே வந்து ஆட்டோவ இடிச்சிட்டு என்ன அடிச்சதுதான் நல்லா இல்ல" என்றும் சொன்னான் சங்கர்.

"சாரிண்ணா.. சாரிண்ணா" என்று சொல்லிக் கொண்டு சங்கரின் இரு கையையும் பிடித்துக் கொண்டான் பாண்டி.

"சங்கர், இவரு பெயர் பாண்டி" டேவிட் சொல்லி முடிக்கும் முன் இடைமறித்து, "சுமதி இவரைத்தான் தேடிட்டு இருக்கா" என்றான் சங்கர்.

"சுமதி இப்போ எங்க இருக்கா?" எனக் கேட்டார் டேவிட்.

சுமதி சென்னை வந்த நாள் முதல் இன்று வரை நடந்ததை எல்லா விஷங்களையும் சொல்லி முடித்துவிட்டு, "சுமதி, செல்வி, சரோஜாவோட ஆள் எல்லாம் நம்ம வீட்டுக்குத் தான் போறாங்க" என்றான் சங்கர்.

"சாந்திகிட்ட பணம் எதாவது வேணும்னா என்னைக் கேக்கச் சொன்னேன்ல! எதுக்கு வெளிய வாங்கி இவ்ளோ அசிங்கப்படணும்?" எனக் கேட்டார் டேவிட்.

"ஆட்டோவ வந்து எடுத்துக்கலாம். வீட்டுக்குப் போலாம் வாங்க" எனச் சொல்லி பைக்கை எடுத்தான் பாண்டி. மூவரும் சங்கர் வீட்டுக்கு வந்தார்கள்.

ரயிலில் ஏறியதும் எதிர்ப்பக்கம் கதவு ஓரத்தில் போய் நின்றாள் சுமதி. பக்கத்தில் செல்வி நின்றாள். அவர்கள் அருகில் முகத்தில் கர்சீப் கட்டிக் கொண்டு நின்றார்கள் இடுக்கனும் வம்பனும். ஏறின வாசலிலேயே நின்று கொண்டார்கள் சரோஜா ஆட்கள். ரயில் விசில் கொடுத்துக் கொண்டு ஸ்டேஷனைவிட்டுக் கிளம்பியது. ஒரு நிமிடம் ஆனது. ரயில் வேகம் எடுத்தது. நடைமேடையைக் கடந்து போய்க் கொண்டிருந்தது ரயில். மறைத்து வைத்திருக்கும் கத்தியை எடுத்தான் இடுக்கன். வம்பனும் கத்தியை எடுத்தான். கத்தி எடுப்பதை செல்வி பார்த்துவிட்டாள்.

இடுக்கனும் வம்பனும் ஒரே நேரத்தில் சுமதி வயிற்றில் குத்த வந்தார்கள். கண் இமைக்கும் நேரத்தில் குறுக்கே பாய்ந்து கத்தி குத்தைச் செல்வி வயிற்றில் வாங்கிக் கொண்டாள். வாங்கிக் கொண்டு இருவர் கழுத்தையும் தன் கைகளால் இறுகப் பிடித்துக் கொண்டு ரயிலில் இருந்து குதித்துவிட்டாள் செல்வி. குதித்த வேகத்தில் எதிரில் வந்த ரயில் மூவரையும் தூக்கி வீசயது. "ஓ" எனக் கத்திக் கொண்டு அபாயச் சங்கிலியைப் பிடித்து இழுத்தாள் சுமதி. ரயில் முழுவதும் கூச்சலும் குழப்பமுமாக இருந்தது. ரயில் சில அடி தூரம் போய் நின்றது. தலையில் அடித்துக் கொண்டு இறங்கி ஓடிப் போய்ப் பார்த்தாள். கை வேறு கால் வேறாகக் கிடந்தாள் செல்வி. இடுக்கன் உடலும், வம்பன் உடலும் எலும்பும் சதையுமாக பலநூறு துண்டுகளாகச் சிதறிக் கிடந்தன.

சரோஜா ஆட்கள் ஃபோனில் சரோஜாக்குத் தகவல் சொன்னார்கள். சாந்தியை சரோஜா தனது ஜீப்பில் அழைத்துக் கொண்டு வந்தாள்.

சங்கருக்கு ஃபோன் பண்ணி, "சங்கர் அண்ணா" என்று 'ஓ'வென அழுதாள் சுமதி.

"என்ன ஆச்சு? எதுக்கு அழுவுற? சொல்லு, யாருக்கு என்னாச்சு?" எனப் பதற்றத்துடன் கேட்டான் சங்கர். அழுகையின் ஊடாக விவரத்தைச் சொன்னாள் சுமதி.

சாந்தி செல்வியின் உடலைப் பார்த்துக் கதறினாள். சாந்தியைப் பார்த்ததும் ஓடிப் போய் சாந்தியைக் கட்டிப் பிடித்து அழுது கொண்டே, "அக்கா என்னை மன்னிச்சுடுக்கா. என்னை மன்னிச்சுடுக்கா" என்று அழுதாள் சுமதி.

சங்கர், பாண்டி, டேவிட், சங்கர் மனைவி தேவி அனைவரும் வந்தார்கள்.

பாண்டியைப் பார்த்ததும் அழுகை அதிகம் ஆனது சுமதிக்கு. சரோஜா கண்களிலும் ஈரம் தெரிந்தது.

ரயில்வே போலீஸ் செல்வியின் சிதைந்து கிடக்கும் உறுப்புகளை ஒன்று சேர்த்து மூட்டையாகக் கட்டி, அடுத்த நாள் காலையில் கொடுத்தார்கள். செஞ்சிக்குக் கொண்டு போய் சுமதி அப்பா கல்லறைப் பக்கத்தில் செல்வி உடலை அடக்கம் செய்துவிட்டு, அங்கேயே சுமதி கழுத்தில் தாலி கட்டினான் பாண்டி. சுமதியின் அப்பா கல்லறையிலும், செல்வி கல்லறையிலும் விழுந்து வணங்கினார்கள். பாண்டியும் சுமதியும் டேவிட் காலிலும், சாந்தி காலிலும் விழுந்து வணங்கினர்.

செல்வி கல்லறையில் போட்டு இருந்த மாலையில் இருந்து பூவை எடுத்து அனைவருக்கும் கொடுத்தான் சங்கர். சுமதி தலையிலும், பாண்டி தலையிலும் தூவி வாழ்த்தினார்கள்.

எல்லாம் முடிந்து அனைவரும் கிளம்பினார்கள். சாந்தி மட்டும் செல்வி உடல் புதைக்கப்பட்ட இடத்தைக் கண்ணீருடன் பார்த்தவாறு நின்று கொண்டிருந்தாள்.

எதேச்சையாகத் திரும்பிப் பார்த்த பாண்டி, "சுமதி, சாந்தி அக்கா வரல. அங்கேயே இருக்காங்க" என்றான்.

டேவிட், "நீங்க போங்க. நான் சாந்தியைக் கூட்டிட்டு வரேன்" என்றார்.

◯